Thiền Viện Sùng Nghiêm.

Thơ:

Thanh Tịnh Liên

Thích Nữ Chân Thiền

Thơ Nhạc Thiền

THIỀN VIỆN SÙNG NGHIÊM

(Tập 2)

Nhạc:

Lê Cao Phan, Nguyễn Hiền
Nghiêm Phú Phát, Uy Thi Ca,
Giác An, Nam Hưng, Nguyên Hà,
Nguyễn Tuấn, Xuân Trường,
Chính Mung, Hoàng Bá

Thiền Viện SÙNG NGHIÊM
SUNG NGHIEM Zen Center
2020

THƠ NHẠC THIỀN
THIỀN VIỆN SÙNG NGHIÊM
(Tập 2)

Thơ:
Thanh Tịnh Liên
Thích Nữ Chân Thiền
Nhạc:
Lê Cao Phan, Nguyễn Hiền
Nghiêm Phú Phát, Uy Thi Ca,
Giác An, Nam Hưng, Nguyên Hà, Nguyễn Tuấn
Xuân Trường, Chính Mung, Hoàng Bá

Tranh bìa sau và phụ bản: Đinh Trường Chinh
Hình chụp: Thiền Viện Sùng Nghiêm

Trình bày bìa - dàn trang: Lê Giang Trần

Ấn Hành:
Thiền Viện SÙNG NGHIÊM - SUNG NGHIEM Zen Center
11561 Magnolia St., Garden Grove, CA 92841
Tel: 714-636-0118
Email: sungnghiem@hotmail.com
Web site: thienviensungnghiem.org

MỤC LỤC

1.	Vầng Trăng Vẫn Đó	12
2.	Vi Diệu	14
3.	Tôi Hết Để Tang Tôi	16
4.	Tôi Hết Để Tang Tôi	18
5.	Phật Đản Sinh	20
6.	Phật Đản Sinh	22
7.	Mừng Phật Thành Đạo	24
8.	Mừng Phật Thành Đạo	26
9.	Tiếng Chim Hót	28
10.	Tiếng Chim Hót	29
11.	Chân Lý	30
12.	Gươm Bát Nhã	31
13.	Master Hakuin	32
14.	Hoa Vũ Trụ	34
15.	Cùng Một Vầng Trăng	35
16.	Ẩn Hiện Tỏ Tường	36
17.	Tỉnh Mộng Đi Thôi Trở Về Nguồn	38
18.	Sám Hối	40
19.	Cánh Buồm Bạt Gió	42
20.	Cánh Buồm Bạt Gió Đời/ Đạo	44

21. Chăng Là Đã Trễ 46
22. Sự Thật Phũ Phàng 47
23. Hãy Chấp Nhận Sự Thật 48
24. Tội Lỗi Ngập Trời 49
25. Lễ Thí Phát Quy Y 50
26. Vị Sư Chân Chính 52
27. Vị Sư Chân Tu 53
28. Hành Khất Không Nhà 56
29. Lần Bước Về Nhà 57
30. Công Phu 58
31. Chờ Chi Mà Chẳng Thiền 59
32. Chú Ý Là "Thiền" 60
33. Nhận Biết Hơi Thở Bằng Con Mắt Tâm 61
34. Công Án "Tôi Là Ai" 62
35. Người Là Ai? 64
36. Ăn Chay 66
37. Niệm Phật "Sáu Chữ Hồng Danh" 67
38. Giới 68
39. Sạch Cả Ngoài Trong 69
40. Tình Thương Chân Thật 70
41. Từ Bi Và Giá Trị Bình Đẳng 72
42. Lễ Tạ Ơn 73
43. Dâng Hoa 74
44. Đóa Hoa Bất Diệt 76
45. Đóa Hoa Mầu Nhiệm 78
46. Mẹ 80
47. Chiếc Áo Len Đan, Gia Tài Của Mẹ 82

48. Lễ Tạ Ơn Bằng Gà Tây 84
49. Hằng Nga Vẫn Đây Chờ 85
50. Chân Tâm 86
51. Sao Gọi Cõi Sa Bà 87
52. Đâu Là Tịnh Độ, Niết Bàn? 88
53. Cực Lạc Thế Giới 89
54. Tự Tại 90
55. Bước Chân Ai 91
56. Trọn Vẹn Bước Chân 92
57. Phật Nhập Diệt 94
58. Em Học Tiếng Nước Em 95
59. Em Học Thiền 96
60. Em Tọa Thiền 97
61. Em Thiền Hành 98
62. Hiếu Đễ 99
63. Phụ Giúp Mẹ 100
64. Siêng Năng 101
65. Gọn Gàng (Gọn Ghẽ) 102
66. Rửa Tay (Vệ Sinh) 103
67. Nhân Quả Nghiệp Báo 104
68. Tập Khí 105
69. Vắt Chanh Bỏ Vỏ 106
70. Bạc Bẽo (Lấy Oán Đền Ân) 107
71. Nói Xấu 108
72. Ghen 109
73. Giả Dối 110
74. Tịnh Khẩu 111

75. Khoe Khoang 112
76. Lười 113
77. Sân Si 114
78. Nịnh Hót 116
79. Thân Phận Những Người Tù 118
80. Tắm Phật 119
81. Tắm Phật 120
82. Phóng Sinh 121
83. An Vị Phật 122
84. Khai Quang Điểm Nhãn Cho Phật 123
85. Dòng Giống Lạc Hồng 124
86. Trọng Trách Thiêng Liêng 126
87. Bảo Vệ Non Sông 128

Vầng Trăng Vẫn Đó

Thơ: **Thanh Tịnh Liên**
Thích Nữ Chân Thiền
Nhạc: **Nguyễn Hiền**

Chậm Vừa ♩= 60
Dm Bb Dm C7
Khi chưa tu không có gì để nói. Đã tu rồi phải buông hết người
F Dm Gm F Am7
ơi! Phe phái tị hiềm xúi bẩy lôi thôi. Ác độc ngã mạn chiều theo bản
Dm F
ngã. Vì tự ngã, mà đời đời trôi nổi. Trong luân hồi, trong lục đạo chơi
G Am7 Dm D
vơi Lỗi tại ai, hay cũng chính tại tôi? Quyết tu rồi tự tôi tu, tôi
G D Em
đổi. Mọi sai lầm, mọi tập khí vô minh. Ghen ghét đảo điên mình tự hại

A7 E7 A A7 Dm F
mình Chẳng ai khổ chính tôi điên vì khổ Kìa vầng trăng ngay giữa trời lơ
Dm C7 F Am7
lửng. Thanh tịnh sáng ngời dính mắc gì cơ? Sao vô tư, sao tự tại nên
A7 Dm
thơ. Chẳng chứng đắc chẳng mong cầu trụ chấp. Ngay tôi đây cũng cùng vầng trăng
Bb Dm Gm Dm
sáng — nhị biên làm mờ, tôi ngụp lặn vô minh. Níu kéo bám víu, tôi sinh diệt, diệt
Gm F C Dm
Fine
sinh. Biên kiến vượt, vầng trăng tôi vẫn đó!

Vi Diệu

Thơ: **Thanh Tịnh Liên**
Thích Nữ Chân Thiền
Nhạc: **Nghiêm Phú Phát**

Moderato - espressivo ♩= 80
Intro
C F Dm
Vũ trụ bao la ôi sao quá nhiệm màu. Trời xanh mây
Dm6 Dm7 G C Dm
trắng trôi xa tít mãi tận đâu. Đại dương mênh mông bát ngát không bến
Am C Cm7 F Fm G
bờ. Núi sông hùng vĩ, lá hoa trải dài khắp lũng sâu.
C Em Am Dm
Ôi! huyễn hóa làm sao khắp cõi nước này. Sao giăng đầy

C Em Bdim7 Am G7
trời, trăng treo truyệt vời, ô hay! Chim bay bướm lượn, hoa khoe sắc màu lộng
C Am G7 C
lẫy. Cây trái bốn mùa xum xuê ngọt ngào thiệt đủ đầy.
Em
Ai giăng mây tím, gió thổi hây hây. Ai tô lá
Em7 Am F
thắm, én liệng tung bay. Ai cao tiếng hát, sánh cùng chim
G G7 C
ca. Muôn màu cảnh vật. Vi diệu linh thiêng
Coda
C Em Dm G7
Bàn tay huyền diệu vẫn còn đấy. Cực lạc là đây, có mấy ai hay.

Tôi Hết Để Tang Tôi

Thơ: **Thanh Tịnh Liên**
Thích Nữ Chân Thiền
Nhạc: **Lê Cao Phan**

Lento Espressivo ♩ = 90
Tôi để tang tôi ngay từ lúc mới ra đời. Tôi xót thương
tôi khó tránh khỏi tả tơi. Tôi biết thân tôi như làn
sóng mãi chơi vơi. Tôi sợ cho tôi ngụp lặn mãi trong luân
hồi. Tôi để tang tôi ôi suốt cả cuộc đời.
Tôi lo tôi sẽ thành kẻ mồ côi. Tôi lo mất
trọn rồi mất cả thân tôi. Tôi cố sao cho khỏi hối
tiếc kịp thời Tôi để tang tôi ngay từ lúc mới ra

đời. Tôi muốn vô thường không khắc phục được tôi.
Nào tôi muốn mất và mất hết khơi khơi? Nên tôi
là muôn loài muôn vật tuyệt vời 1.Tôi để tang
2.Tôi vì bản
Roll
tôi đã suốt cả cuộc đời. Minh chứng liên hồi sinh tử
ngã mà phân tích lôi thôi. U tối đặc dày, tôi nhị
và chia phôi. Giả chân còn mất toàn vọng niệm mà
biên tương đối. Ngã pháp hiểu ra, tôi vượt và thay
1.
thôi. Đồng tính, tình đồng tôi hết để tôi.
đổi. Dung thông tịch...
2.
Roll
Tôi vì bản
... đồng tôi đã xả tang tôi.

Tôi Hết Để Tang Tôi

Thơ: **Thanh Tịnh Liên**
Thích Nữ Chân Thiền
Nhạc: **Nghiêm Phú Phát**

E
Ad lib
Tôi để tang tôi ngay từ lúc mới ra
E B B7
đời. Tôi tội thân tôi làm sao tránh khỏi tơi
B7 G
tả - ả. Tôi ngại tâm tôi như làn sóng chơi
G B7
vơi Tôi sợ cho tôi phải ngụp lặn mãi
Em G
luân hồi. Tôi để tang tôi ôi suốt cả đời
Am B7 Em
người. Tôi còn lo trong đời có lúc sẽ thành mồ côi. Tôi còn lo phải mất

B7
trọn rồi mất cả thân mình Nên cố làm sao cho khỏi hối tiếc kịp
Em B7 Em B7
thời Tôi để tang tôi ngay từ khi mới chào đời. Tôi không muốn vô
D7 G
thường sẽ khuất phục được tôi. Tôi không muốn mất và phải mất hết khỏi
Am D7 G
16
Nên tôi là muôn loài muôn vật tuyệt vời. (Nhạc đệm...)
Em Em7 Am
Chỉ vì bản ngã tôi phân tích lôi thôi. Vô minh còn
D7 G C B7
dày, tương đối tôi nhị biên. Ngã, Pháp, vỡ nhẽ, tôi vượt, tôi đổi
D G B7 E
thay. Dung thông, tịnh đông, tôi đã xả tang tôi.

Phật Đản Sinh

Thơ: **Thanh Tịnh Liên**
Thích Nữ Chân Thiền
Nhạc: **Xuân Trường**

Moderate
Phật Đản Sinh ngày tri ân Đức Từ Phụ ta.
Thầy của Trời, của Người và toàn thể chúng sinh.
Trí Tuệ, Từ Bi Ngài cứu vớt mọi sinh linh.
Là Phật Đản Sinh ngay tại thân tâm mình.
Là giã từ, giã từ mọi sinh tử điêu linh.
Mê mờ buông trọn là Đản Sinh ta tỏa sáng.
Đản Sinh ta tỏa sáng cùng vũ trụ một Tính Minh.
Vũ trụ chung một Tính Minh chúng sinh là Phật Đản Sinh.

Thiền Viện Sùng Nghiêm.

Phật Đản Sinh

Thơ: **Thanh Tịnh Liên**
Thích Nữ Chân Thiền
Nhạc: **Nam Hưng**

Adlibitum
Dm7
Gm
Am
(Introduction Đàn Cò)
(Đàn Kìm)
Am7
Dm
(Đàn Nguyệt)
(Đàn Kìm)
Gm7
Am7
Dm
Edim7
C
(Đàn Bầu)
(ĐànTranh)
(Đàn Bầu)
(Đàn Tranh)
Am7
Dm
Gm
Am
Dm
(Bầu+Tranh)
A Tempo - Pasodoble - Phong Cách Ấn Độ
♩= 112
A
Dm
A
Hò ơ ơ ơ ờ ơ ơ ờ ơ ớ. Á a a a a à a. ( )
Edim7
Am
A
A
Dm
Ồ ô ô ố ô ồ ô ô ô ố. Á a a a ( )
Moderato - Energético - Sprito
Dm7
Fmaj7
Gm6
Phật Đản sinh, Phật Đản sinh, Phật Đản sinh, Phật Đản sinh.( )
C
Dm
Dm7
F
Gm
A7
Dm
Ngày tri ân Đức Từ Phụ. Ngày tri ân Đấng Cha Lành.
C
Am7
Am/D
Dm7
C
( ) Thầy của Trời Người( ) và của(ơ) toàn thể
Gm
Am
Dm
C
Dm
F
chúng sinh. Trí tuệ từ bi Ngài cứu vớt mọi sinh linh.

Để Phật Đản sinh (———) ngay chính tại thân tâm mình (————
————)
Là giã từ, là giã từ,
giã từ mọi sinh tử điêu linh. Vì mê mờ buông trọn, là Đản
Sinh ta tỏa sáng. Đản Sinh ta tỏa sáng cùng vũ trụ một Tính
Minh. Vũ trụ chung một Tính Minh. chúng sinh là Phật (ơ ờ)
Đản. ———— sinh là Phật Đản. Hò ơ ớ ơ ơ
D.S. al Coda
To Coda
Coda per the End
Adagio - Sprite ♩= 68
Hơ ớ ơ. Đản sinh ta tỏa sáng cùng vũ
trụ một Tính Minh. Vũ trụ chung một Tính Minh chúng
sinh là Phật Đản.——— Vũ trụ chung một Tính Minh chúng
sinh là Phật ơ ơ Đản. (Nhạc kết thúc ————

Mừng Phật Thành Đạo

Thơ: **Thanh Tịnh Liên**
Thích Nữ Chân Thiền
Nhạc: **Nguyễn Hiền**

Linh hoạt ♩ = 90

Hỏi trăng tròn hay ai đã tròn trăng? Phải trăng vô
hình, phải trăng vô sinh? Phải trăng hình tướng phải trăng vô hình
7
tướng? Mừng Phật đạo thành ở Phật y trăng Thôi giã từ sáu
nẻo hết địa đầy đớn đau trăm hào quang muôn màu. Đấng đại bi thành
đạo (í) trăng tròn hòa bình minh mười phương chung tính linh, khiết tinh trầm hương
ngát Cam lồ sương lung linh. Hoa muôn hoa bừng
nở chim hót mừng muôn phương muôn loài bừng tỉnh giấc mừng Thế tôn đạo

thành hết phiền não lao đao Giác ngộ vui giải thoát, vẹn thề xưa năm
nào. Nương theo từng pháp môn, em cũng gặp Thế
tôn để chung vui thành đạo, mừng cùng chung cô thôn Sát na chưa hề
xa cũng đang cất tiếng ca, cùng tuệ trăng soi chiếu.
Ánh đạo vàng chiếu tỏa, vẫn ngay đây chói lòa, tâm tư ngàn môn
pháp, khắp vũ trụ bao la, khắp vũ trụ bao la. Chan
40
hòa một niềm vui.

Mừng Phật Thành Đạo

Thơ: **Thanh Tịnh Liên**
Thích Nữ Chân Thiền
Nhạc: **Nguyễn Tuấn**

Hỏi sao trăng tròn hay ai đã tròn trăng? Phải trăng vô
thỉ hay trăng là trăng vô sinh? Phải trăng hình tướng hay trăng vô hình
tướng? Mừng Phật đạo thành, Phật thật y trăng
Thôi giã từ sáu nẻo Hết đọa đày đớn đau
Đấng Đại Bi Thành Đạo Toả hào quang muôn màu
Muôn đoá hoa bừng nở Chim hót vang mừng vui
Nhân loại bừng tỉnh thức Mừng Thế Tôn đạo thành Trăng

3
tròn hoà bình minh Mười phương chung Tính Linh Khiết
tinh trầm hương ngát Cam lồ sương lung linh Mừng
ngày Thích Ca Thành Đạo Vẹn lời thề xưa năm nào Giác
ngộ và chuyển pháp luân Tấm lòng từ bi dạt dào Tám
bốn ngàn pháp môn Lời dạy Đức Thế tôn Ánh
đạo vàng toả chiếu Khắp vũ trụ bao la Sát
na chưa hề xa Cùng đang cất tiếng ca Cùng
tuệ trăng soi chiếu Cùng hào quang vi diệu

Tiếng Chim Hót

Thơ: **Thanh Tịnh Liên**
Thích Nữ Chân Thiền
Nhạc: **Giác An**

VALSE ♩= 130
Chỉ một tiếng chim hót. Làm đất trời chuyển rung.
Làm vũ trụ phải ngừng. Lắng nghe chim này hót.
Chỉ một tiếng chim hót. Làm vũ trụ nổ tung.
Làm thời gian phải ngừng. Chỉ nghe này chim hót.
Chỉ một tiếng chim hót. Vang dội khắp mười phương.
Tiếng chim đầy tình thương. Chưa bao giờ ngưng hót.
Chỉ một tiếng chim hót. Thức tỉnh hết người mê.
Đem chúng sinh trở về. Thực tại nghe chim hót.
Chỉ một tiếng chim hót. Giật mình "TA đây rồi". Thời
gian, không gian chết. Đâu ngờ NGHE vẫn nghe.

Tiếng Chim Hót

Thơ: **Thanh Tịnh Liên**
Thích Nữ Chân Thiền
Nhạc: **Xuân Trường**

Expressivo
Chỉ một tiếng chim hót Làm đất chuyển trời rung Làm vũ trụ phải
ngừng Lắng nghe chim này hót. Chỉ một tiếng chim hót Làm vũ trụ nổ
tung Làm thời gian phải ngừng Chỉ còn là tiếng hót. Chỉ một tiếng chim
hót Vang dội khắp mười phương Tiếng chim đầy tình thương Chưa bao giờ ngưng
hót. Chỉ một tiếng chim hót Thức tỉnh hết người mê. Để chúng sinh trở
về Thực tại nghe chim hót. Chỉ một tiếng chim hót Giật mình:"Ta đây
rồi" Thời gian, không gian chết Nào ngờ: "Nó" đấy thôi!

Chân Lý

Thơ: **Thanh Tịnh Liên**
Thích Nữ Chân Thiền
Nhạc: **Uy Thi Ca**

CHẬM (Diễn cảm)

Trời ơi, Chân lý quá thâm sâu - Lý ấy ngay đây phải tìm đâu!
Vượt cả Sinh Già và Bệnh Chết - Là Lý Chân Như thật nhiệm mầu
Ở trong vũ trụ, ở ngay đây - Ở muôn loài vật, đá, cỏ cây -
Ở cả thân này, y như vậy - Chỉ cần nương theo một vị thầy.
3
Mình sư không bỏ Thân tìm Trí - Không nửa chừng có Trí không Thân -
Không Thân có Trí chính là Ma - Có Thân không Trí vẫn chung nhà
Sắc không là một, Kinh Bát Nhã - Thân chẳng rời Tâm chẳng phải ma
Cảnh vẫn tự không, không hoại Tướng - Càng tìm, càng lạc, lạc càng xa
Dù cho đạt Đạo, đừng chấp Có - Không trong Bát Nhã chớ chấp
Không - Dù cảnh vật nào đều hóa hiện - Ngoài Có, ngoài Không hết luận
bàn - Trời ơi, Chân Lý quá thâm ... bàn - Dù cảnh vật nào đều hóa
rall ...
hiện - Ngoài có, ngoài không, hết luận bàn.

Gươm Bát Nhã

Ngâm thơ:

Trí tuệ Phật, Văn Thù Sư Lợi
Sư tử thiêng giẫm nát không gian
Gươm giơ lên, nước mắt cạn khan
Gươm hồi lại, vô minh rụi tắt.

Thơ: **Thanh Tịnh Liên**
Thích Nữ Chân Thiền
Nhạc: **Uy Thi Ca**

NHỊP VỪA (Mạnh mẽ)
Gươm nghiêng nghiêng, Tu Di sụp tắt. Gươm ngã về, phiền
não sạch sanh. Gươm xoay ngang, sinh tử nát tan. Gươm hướng
dọc, như như tự tại. Gươm trí tuệ, Văn Thù Sư Lợi.
Hét vang lên, Bát nhã không lời. Đưa chúng sinh rời khỏi luân hồi.
Giải thoát cả mười phương ba cõi. Gươm trí tuệ, Văn Thù Sư
Lợi. Hét vang lên, Bát Nhã không lời. Đưa chúng sinh rời
khỏi luân hồi. Giải thoát cả mười phương ba cõi này.
Vung tay lên, Gươm vào Tuyệt đối. Rút tay về, siêu việt không
gian. Tuốt gươm thiêng, vũ trụ tiêu tan. Thâu gươm lại, thời
gian đoạn tuyệt... tuyệt. Tuốt gươm thiêng, vũ
trụ tiêu tan. Thâu gươm lại, thời gian đoạn tuyệt.

Master Hakuin

Thơ: **Thanh Tịnh Liên**
Thích Nữ Chân Thiền
Nhạc: **Giác An**

ANDANTINO
Chúng sinh là Phật từ thuở ban đầu, như băng với nước vốn chẳng khác
đâu, nếu không có nước làm sao có đá ? Ngoài chúng sinh ra không Phật để
cầu. Xa thật là xa, đi tìm đi kiếm, ai có dè đâu chính ngay nơi
mình, thở than ta khát ngay bên hồ nước, như con nhà giàu mà lại đi ăn
xin ! Bởi vì vô minh, cũng do chấp ngã, nên trong sáu đường mãi mãi không
ra, biết đến bao giờ sinh tử buông tha ? Mịt mờ lang thang đi trong tăm
tối. Sinh rồi lại tử làm sao vượt ra ? Thiền định là đường sẽ vượt sẽ
qua, chứng vô thượng đắc, khó bàn, khôn nghĩ, thanh tịnh đại thừa cực lạc quê
ta. Khi đang hành thiền là đang trì giới, là đang sám hối, bố thí, cúng
dường, tràn lẽ sống thiền, trọn vẹn hương hoa, thiền là tất cả, tất cả từ

3
thiền. Trong chân định tự ma tan quỉ nát, hóa giải muôn điều, nghiệp lành thăng
hoa. Sen Vàng hé nở, đất mẹ đâu xa, chẳng còn tăm tối lạc lối quê nhà.
Xúc động nhường bao ! Nghe lời chân thật ! Cố tâm thực hành trí tuệ Phật
môn, đây vô lượng độ, núi cao công đức, chỉ hướng nội rồi trực nhận chân tâm.
3
Siêu ngã pháp và siêu ngoài ngôn ngữ, tiến thẳng một đường chẳng có hai
ba, chân tâm vô ngã, vô ngã chính ta, cánh cổng nhất chân, đồng lúc quả
nhân. Hiện thân chúng ta tự là Vô tướng, chưa từng xa nhà dù đi muôn
phương, vọng tưởng, tưởng vọng tự không, không tưởng, Pháp âm Phật
Đà Diệu Pháp Diệu Âm. Tuyệt vời làm sao ! Trí tuệ quang
minh, niết bàn chân định, bát ngát vô biên, ngoài chúng ta ra hỏi chi thừa.
thiếu ? Chính Pháp thân này đang nhận gót đất sen đây !

Hoa Vũ Trụ

Thơ: **Thanh Tịnh Liên**
Thích Nữ Chân Thiền
Nhạc: **Chính Mung**

vui, mạnh
(1) Phật chính hoa thơm này.
(2) Mẹ chính hoa xinh này.
Thày chính bông hoa này
Cha cũng bông hoa này.
Bạn cùng hoa đẹp ấy.
Anh chị em trong đó....
1)
Em nhụy hoa ngát đầy.
2)
Chúng ta đây hoa này.
1) Bướm cánh hoa rung rinh.
2) Gió hoa thêm lung linh.
Vũ trụ càng đẹp xinh.
Đất nuôi hoa đẹp xinh.
Chim màu hoa tươi thắm
Nước làm hoa tươi mát........
1)
Chúng ta chung gia đình.
2)
Fine
Nắng hoa cười cùng Em.

Cùng Một Vầng Trăng

Thơ: **Thanh Tịnh Liên**
Thích Nữ Chân Thiền
Nhạc: **Uy Thi Ca**

CHẬM - Diễn cảm
Vầng trăng tri kiến chẳng có nhân duyên. Chẳng có nhân duyên là không đối
đài. Vì không đối đài nên không chướng ngại. Không gì chướng ngại nên vẫn y
SLOW ROCK
nguyên. Trong Lăng Nghiêm Kinh Đức Phật dạy rằng. Tứ Khoa Thất Đại cùng một vầng
trăng. Như Lai Tàng Tính gồm bao tất cả. Khắp muôn loài đồng Chân Tính ấy
chăng? Kiến, Văn, Giác, Tri chính là Tự Tính. Vì là Tự Tính nên chẳng phân
chia. Vì không phân chia nên ngoài số lượng. Vì ngoài số lượng nên chẳng cách
SLOW ESPRESSIVO
ngăn. Vì không cách ngăn sao rời Tứ Đại? Chẳng rời Tứ Đại, Tính Tướng y
nhau. Tính Tướng y nhau Ta hết khổ đau. Tứ Đại phân ly Kiến Tri vẫn đấy.
SLOW ROCK
Tứ Đại phân ly Kiến Tri vẫn đây. Tứ Đại phân ly Kiến Tri vẫn đó.
Kiến, Văn, Giác, Tri cùng thể vô biên. Năng, Sở chẳng còn khi không biên kiến.
CODA
Rall ....
Vượt ngoài lượng số khi không phân biệt. Vượt ngoài lượng số khi không phân biệt.

Ẩn Hiện Tỏ Tường

Thơ: **Thanh Tịnh Liên**
Thích Nữ Chân Thiền
Nhạc: **Uy Thi Ca**

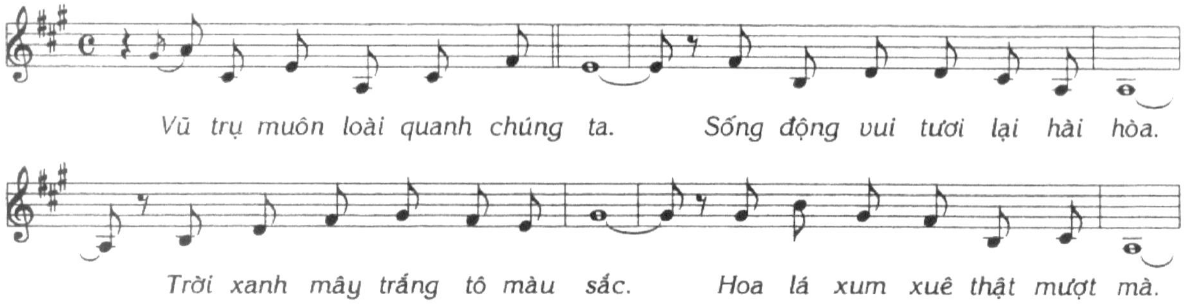
Vũ trụ muôn loài quanh chúng ta. Sống động vui tươi lại hài hòa.
Trời xanh mây trắng tô màu sắc. Hoa lá xum xuê thật mượt mà.

ĐỌC: ***Sinh động mọi loài trông thật lạ***
Đất nước, núi đồi rộng bao la
Khúc nhạc hòa vang, nghe hay quá.
Tiếng trong, tiếng đục, vạn loài ca.

Ríu rít đàn chim bay là là. Khoe màu, bướm lượn đẹp như hoa.
Gió lùa muôn lá nghe xào xạc. Cây trái đua nhau vẻ nõn nà.
Chẳng phải hôm nay, chẳng hôm qua. Chẳng chi là gần, chẳng gì xa.
Thường lạc tự tại ngay đầu mũi. Nhiệm mầu vi diệu không ngoài ta.
Hiện hữu sức sống từng sát na. Cảnh vật vạn loài trông óng ả.
Hữu dụng cho đời từng chiếc lá. Ẩn hiện tỏ tường ngay chúng ta.
CODA
Rall ...
Hữu dụng cho đời từng chiếc lá. Ẩn hiện tỏ tường ngay chúng ta.

Thiền Viện Sùng Nghiêm.

Tỉnh Mộng Đi Thôi Trở Về Nguồn

Thơ: **Thanh Tịnh Liên**
Thích Nữ Chân Thiền
Nhạc: **Nghiêm Phú Phát**

Tango - Moderato ♩ = 80

Intro
Am7 Dm E7
Am Cm7 Am Am7 E7
Hằng sa kiếp rồi mãi lần trôi. Cứ lạc loài thôi quên lối về rồi.
Bdim7 E7
Nổi trôi chi hoài trong biển nước mắt. Hãy mau trở về đi thôi
Am F G Cm7 Am
Ôi! tiền tài, ôi danh vọng, ôi sắc đẹp, ôi cuộc đời.
C Em G C
Dù lộng lẫy huy hoàng như ánh nắng ban mai, cũng
E Dm E7
chỉ là bọt sóng, là sương đêm, là vọng lôi. Có

E Dm Am
ai mà không khóc than. Có ai mà không nát tan, không đổ vỡ, không
F E E7 Dm Dm6
3
hoạn nạn, không mất mát điêu tàn! Vẫn còn mơ chi mãi,
E E7 Am
3
mơ suốt ngày đêm, mơ cả (à - á a) cuộc đời.
Am7 Dm E E7
Làm sao tỉnh mộng cho hết chơi vơi, cho hết vô
Am Dm6 E7
minh, không còn ngu tối. Tu thiền đi! Sẽ có tự
E Dm E F
tại, sẽ dứt khổ đau. Tu thiền đi! Sẽ hết si
E F Dm Dm6 Em E7 Am
3
3
mê, sẽ hết đường về, dứt nghiệp luân hồi, trọn vẹn mọi bề.

Sám Hối

Thơ: **Thanh Tịnh Liên**
Thích Nữ Chân Thiền
Nhạc: **Nguyễn Tuấn**

2
4
Nhất niệm vô minh con lỡ khởi từ vô thủy Tam độc sâu
dày con lỡ tạo tham sân si. Thân, khẩu ý lỗi
lầm tầy núi Tu - Di Lỡ dại rồi, con biết gì ngoài sám
hối! Nguyện: Sám hối mọi lỗi lầm từ vô thủy
3
Nguyện: chuyển vô minh thành Trí Tuệ, Từ Bi Nguyện: Dứt hết bao
tập khí tham, sân, si Nguyện sám hối, sám hối chân thành.
Vì tội từ tâm sinh, nên thân con phạm lỗi Thật tâm sám hối rồi,
con thanh tịnh thân tâm Thanh tịnh một giới thôi là sạch bao tội
lỗi Vì thân tâm thanh tịnh, con là chân tinh khiết rồi.

Thiền Viện Sùng Nghiêm.

Cánh Buồm Bạt Gió

Thơ: **Thanh Tịnh Liên**
Thích Nữ Chân Thiền
Nhạc: **Hoàng Bá**

♩= 90
3
Vô minh vô minh dày như tôi nên mãi mãi chơi
vơi. Con đò không bờ bến bao giờ hết trôi.
Ai dại khờ hơn tôi, lần mò trong mê tối. Thuyền mong manh trước
gió, sóng dồn dập nơi nơi. Si mê, si mê nào bằng
tôi, bôn ba khắp nẻo đời. Con đò không quyền chủ mênh mông sóng ngụp
trôi. Lo chi trôi với nổi, sợ gì đó trò
chơi, bình tâm gồng tay lái, tự chủ thuyền không trôi.

Sóng nước chỉ một thôi, thuyền đời vẫn chính tôi, bôn ba ồ huyền
Rall
hóa, tỉnh mộng thôi người ơi. Tỉnh mộng thôi người
Để hết
ơi.

Cánh Buồm Bạt Gió Đời/ Đạo

Thơ: **Thanh Tịnh Liên**
Thích Nữ Chân Thiền
Nhạc: **Xuân Trường**

Moderato
U minh dầy như tôi Nên mãi mãi chơi
vơi Con đò không bờ bến Bao giờ hết nổi
trôi? Ai dại khờ hơn tôi Lần mò trong mê
tối Thuyền mong manh trước gió Sóng dồn dập nơi
nơi. Si mê nào bằng tôi Bôn ba khắp nẻo
đời Con đò không quyền chủ Mênh mông sóng ngụp
trồi! Lo chi trôi với

nổi Sợ gì đó trò chơi Bình tâm, gồng tay
lái Tự chủ, thuyền không trôi.
Sóng nước chỉ Một thôi Thuyền, đời, vẫn chính
tôi Bôn ba, Ồ huyễn hóa Tỉnh mộng thôi, người
ơi!

Chăng Là Đã Trễ

Thơ: **Thanh Tịnh Liên**
Thích Nữ Chân Thiền
Nhạc: **Uy Thi Ca**

CHẬM (Diễn cảm)
Đừng chờ khi chết mới trả hiếu cho nhau - Đừng chờ khi chết mới ân hận ưu
sầu - Hỏi dâng được chi khi mẹ cha đã chết - Để Tang được gì,
thêm tủi nhục thương đau - Đừng chờ khi chết, mới trả nghĩa cho nhau
- Đừng chờ khi chết mới hối hận bắt đầu - Chà đạp nặng lời
suốt cuộc đời chung sống - Để Tang làm gì, thêm mai mỉa cho nhau
- Đừng chờ khi chết, mới đền ơn cho nhau - Đừng chờ khi chết,
mới thức tỉnh quay đầu - Tặng được cái chi, khi người thân đã chết
Để Tang được gì, hay đau lại thêm đau - Đừng chờ khi chết,
mới xử đẹp thương nhau - Sao trong khi sống lại hại nhau khổ đau - Cư
xử hài hòa là để tang khi sống - Chết còn tang gì thêm tủi hổ cho
rall...
nhau - Đừng ... nhau - Chết còn tang gì thêm tủi hổ cho nhau.

Sự Thật Phũ Phàng

Thơ: **Thanh Tịnh Liên**
Thích Nữ Chân Thiền
Nhạc: **Giác An**

SLOWROCK _ Chậm,dịu dàng
Lời chân thật, bao giờ không phũ phàng! Ai dè
đâu, sự thật mở toang hoang. Ta cứ ngỡ rằng ta hoàn hảo nhất. Chân thật là
chân, ôi thấy bẽ bàng! Dám không nào, tự lên án chính ta? Tự phanh
phui, nhìn sâu vào bản ngã, hay chỉ vờ, chỉ đảo điên dối trá, rồi đậy
che, che đậy thật tối đa. Sợ sự thực, nên tìm thầy học "Đạo" Lời thực
trung, bàng hoàng ráng nghe nha. Ngài cho toa thuốc đắng đừng rên la. Cố hành, cố
nuốt, cho dù cay đắng mà. Thuốc đắng dã tật, lời thật chân tình. Dùng tay
thầy hỗ trợ, chuyển vô minh. Thì cớ sao lại chuyển ân thành oán? Mình vô
minh, không nghị lực chuyển mình! Đừng lấy oán mà trả, trả thù ân. Đừng căn
hờn lỗi Đạo, Đạo thực chân. Thầy nhẫn nhịn, chịu muôn điều oan ức! Miễn sao
mình, hoán chuyển chân Thánh nhân.

Hãy Chấp Nhận Sự Thật

Thơ: **Thanh Tịnh Liên**
Thích Nữ Chân Thiền
Nhạc: **Giác An**

RHUMBA LENTO

Hãy chấp nhận sự thật, mọi sự đã an bài, chẳng có gì đúng sai, vì nhân gieo, quả
hái. Hãy chấp nhận sự thật, dù phũ phàng tới đâu, trong cuộc đời dâu biển, sao tránh khỏi u
sầu! Hãy chấp nhận sự thật, chẳng phải vì dại, khôn. Với mọi sự mất, còn, nguyên nhân do nghiệp
quả. Hãy chấp nhận sự thật, mọi hoạn nạn hãi hùng, mọi sang, hèn, kiết hung, mọi sinh ly, tử
biệt. Hãy chấp nhận sự thật, dù bệnh ít hay nhiều, chấp nhận cho nghiệp tiêu, là khôn ngoan tuyệt
diệu. Hãy chấp nhận sự thật, trong tình nghĩa vợ chồng, có đó rồi lại
không, vì nhân duyên đã hết! Cố níu kéo bằng thừa, oán ân, cân đã vừa là đã xong duyên
nợ, tiếc gì cơn nắng mưa! Hãy chấp nhận sự thật, đừng thêu dệt mộng
mơ, đừng vọng tưởng mê mờ, đừng sống trong ảo giác. Hãy chấp nhận sự thật, đẹp xấu trông vào
gương. Thiện, ác tâm tỏ tường, tự mình đã thấy, biết. Hãy chấp nhận sự
thật, đừng vờ vĩnh người khinh, đổ thừa là vô minh, tội lỗi do chính mình. Hãy chấp nhận sự
thật, dù bướng bỉnh tới đâu, dù ngã cao ngập đầu, sự thật không thể chối! Hãy chấp nhận sự
thật, bỏ chấp ngã, thói hư, là thoát khỏi ngục tù của sinh, già, bệnh, chết.

Tội Lỗi Ngập Trời

Thơ: **Thanh Tịnh Liên**
Thích Nữ Chân Thiền
Nhạc: **Giác An**

Rhumba - Lento
Vì tự ngã em che đậy tối đa. Sợ mất
mặt em bù lu, bù loa. Để khỏa lấp biết bao điều dối
trá. Nếu cần giết người em cũng không tha. Phật tâm
nào không biết mình có tội. Nhưng tự ngã quen dối gạt lôi
thôi. Miễn là thắng, làm sao ta phải thắng. Dù biết
mình tội lỗi đã ngập trời. Đôi khi cũng sợ luật nhân
quả. Đôi khi cũng sợ luật luân hồi. Muốn sám
hối nhưng rồi thua tự ngã. Thôi đành thôi! Cứ cho thỏa cái
tôi. Trong địa ngục muôn đời than ôi! Còn cái tự ái của tôi.

Lễ Thí Phát Quy Y

Thơ: **Thanh Tịnh Liên**
Thích Nữ Chân Thiền
Nhạc: **Giác An**

Chậm - Trang nghiêm ♩ = 65

"Chúng sinh vô biên thề nguyện độ. Phiền não vô tận thề nguyện
đoạn. Pháp môn vô lượng thề nguyện học. Phật đạo vô lượng thề nguyện
thành". Vì muốn trọn câu thề, con quy y xuống tóc. Nguyện xả thân
này cho vẹn đạo từ bi. Nguyệt bật tận gốc, tam độc tham sân si. Nguyện gánh
vác sứ mạng Như Lai tuyệt đối. Mặc áo Như Lai, con nguyện xả danh tài, ái
20
dục. Mặc áo Như Lai, con nguyện chuyển hóa muôn bề. Mặc áo Như

23
Lai, không còn dám ngả mạn, si mê. Mặc áo Như Lai, con xin nguyện thề nhẫn
26
nhục. Vào nhà Như Lai, con nguyện vượt siêu phàm tục. Vào nhà Như
Lai, con nguyện buông xả thân tâm. Vào nhà Như Lai, con nguyện tu sửa mọi lỗi
32
xưa. Vào nhà Như Lai, con xin nguyện độ chúng sinh. Ngồi tòa Như
35
Lai, con phục vụ chúng sinh. Ngồi tòa Như Lai, ôm trọn bạn và
38
thù. Ngồi tòa Như Lai, muôn loài đồng nhất thể Ngồi tòa Như
3
Lai, người và vật chẳng còn ai.

Vị Sư Chân Chính

Thơ: **Thanh Tịnh Liên**
Thích Nữ Chân Thiền
Nhạc: **Uy Thi Ca**

CHẬM _ Diễn cảm
Thiên thủ thiên nhãn Vị Sư Chân Chính. Bận bịu suốt ngày chẳng chút hở tay.
Dù chín mười người cũng khó mà thay. Một trách nhiệm nặng đa đoan như thế.
Một trách nhiệm nặng đa đoan thế này.

ĐỌC : Từ việc nhỏ hay cho dù việc lớn . Nhẫn nại , cần cù , quyết chí chu toàn .
Can đảm , tận tụy , ngại gì đa đoan . Một lòng thôi không gì lay chuyển được

Cứ như thế người song tu phúc trí. Một ngày không làm ngày ấy không ăn.
Tu hành vậy mà người còn băn khoăn. Đạo với Đời thực ta chưa trọn vẹn.
MODERATO
Bi, Trí, Dũng, dù hình hài xinh nhỏ. Bàn tay gầy làm đất chuyển trời rung.
Đã vô úy, lại vừa lực vừa hùng. Khiến đại chúng vừa thương vừa phục tùng.
Thế mới biết, chấp tướng hình không tỏ. Tướng bên ngoài, thật thùy mị đoan
trang. Mà bên trong, ôi, chí khí hiên ngang. Đời đã trọn và đạo cũng vẹn
toàn. Toàn thiền viện xin chắp tay tán thán. Vị Chân Tu đầy nghị lực oai
hùng. Nguyện noi gương người đức hạnh bao dung. Suốt cuộc đời đã xả thân vì đạo.

Vị Sư Chân Tu

Thơ: **Thanh Tịnh Liên**
Thích Nữ Chân Thiền
Nhạc: **Uy Thi Ca**

Chậm - Diễn cảm ♩= 70
Vị Sư Chân Tu nhắc nhở Tăng Ni. Vị Sư Chân Tu nhắc nhở Tăng Ni.
Suốt cả ngày tứ hạnh phải oai nghi. Năm giờ sáng công phu đều như thế.
Không trì hạnh giới tu mà làm chi. Quản ngại gì đời tu hành gian khổ.
Không gian lao đòi hái trái là mơ. Dấn thân thôi để vượt thác mê mờ.
Hạnh nghiêm chỉnh là noi gương Đức Phật. Việc làm luôn tay chẳng gì sơ hở.
Tu hành như người, mẫu mực thật cơ! Nhẫn nhịn trung thành mộc mạc đơn sơ.
Vì đò chúng người chắt chiu can cường.

Tuệ tâm mở, người tu sửa đổi ngay.
Tập khí người buông. Ngã dẹp bỏ đêm ngày.
Nhị biên vượt, từ tâm hoa tự nở.
Ai là ai? Ai hiện hữu nơi này. Đồng tịnh
chiếu, mặt trời sao đồng lõa. Khối nghi
xưa, ai đánh vỡ tan tành. Hay sơn
hà, hay đại địa đang đồng thanh? Ai đang
hát? Ai thiền công án đây? Toàn Thiền
3

Viện đồng chắp tay tán thán Tu viện
này, xin kính cẩn tri ân. Người chị, người
mẹ nồng hậu ân cần. Đức hạnh
người như trăng sáng trong ngần.

Hành Khất Không Nhà

Thơ: **Thanh Tịnh Liên**
Thích Nữ Chân Thiền
Nhạc: **Giác An**

SLOW ROCK

Lạc lối về nhà, em đi lang thang. Sẩy nhà thất nghiệp, hành khất cái bang.
Bao kiếp không nhà, ăn mày như thế, lệ thấm chan hòa, từng bước gian nan.
Không nhà ngay từ lúc mẹ sinh ra, xin ăn ngay trong thai mẹ đâu xa.
Xin từng giọt máu, từng hơi ấm lạnh. Xin cả thân này, xin mẹ, xin cha.
Xin tứ đại, em xin cả không khí. Xin vật chất, xin từng tí, từng
ly. Xin thức ăn, vật dụng, xin thuốc thang. Xin muôn loài, muôn vật, bất cứ
gì. Một BÁT NHÃ TRÍ, không xin ai được. Trí tuệ này đây, chuyển trược, vô
minh. Hoán nghiệp ăn mày, trở về nhà xưa. Ồ! nhà giàu đây, ruộng phước nhiệm
mầu. Thế mà ngu si, lạc lõng bao đời. Vẫn giàu, vẫn đây, nào đâu xa
xôi. Nhưng muốn về nhà, đường dài tăm tối. Chính pháp soi đường, ta tránh lôi
thôi. Đố ai tránh khỏi, không nhà nổi trôi! - Đố ai tránh khỏi, ăn mày ngàn lối...
Đố ai tránh khỏi triền miên sinh tử. Nếu không tu hành thì không tới nơi.

Lần Bước Về Nhà

Thơ: **Thanh Tịnh Liên**
Thích Nữ Chân Thiền
Nhạc: **Uy Thi Ca**

SLOW ROCK
Khoác áo cà sa bước về nhà. Dặm dặm ngút ngàn ngại gì xa.
Dù bao gian khổ, ôi đành chịu. Miễn tới nhà thôi, gắng tối đa.
Dù phải tu lâu, mãi tới già. Đời đời kiếp kiếp, kiếp hằng sa.
Sắt son bền chí không sờn nản. Vì biết tu xong sẽ tới nhà.
BOLÉRO
Kẻ nói nhà gần, người nói xa. Khen chê tốt xấu Phật và Ma.
Sinh tử vui trò chơi cút bắt. Sợ gì mà trốn mà lo a!
Khen chê, tốt xấu chẳng hai ba. Dù Phật, dù Ma, thể một nhà.
Nào gần nào xa trong một bước. Ồ! bước chân này đã nở hoa.
Khoác áo cà sa bước về... ...hoa Nào gần nào xa trong một bước.
Ồ! bước chân này đã nở hoa.

Công Phu

Thơ: **Thanh Tịnh Liên**
Thích Nữ Chân Thiền
Nhạc: **Giác An**

SLOW ROCK
Cái đang nhận ra, từng câu TRÌ CHÚ thiêng liêng. Cái đang nhận
ra, câu NIỆM PHẬT diệu huyền. Cái đang nhận ra, CÔNG PHU vẹn toàn hay chia
trí. Cái đang nhận ra, ai hiện hữu an nhiên? Cái đang nhận
ra, câu CÔNG ÁN triền miên. Cái đang nhận ra, mọi vọng tưởng gây
phiền. Cái đang nhận ra, sao nhiệm mầu sắc bén. Cái đang nhận
ra, ôi tuyệt diệu siêu nhiên. Cái đang nhận ra, chưa hề liên đới nhị
biên. Cái đang nhận ra, âm thầm hiểu thấu mọi điều. Cái đang nhận
ra, mặc ai tranh đua, gán ghép. Cái đang nhận ra, cứ tịch tĩnh y nguyên!

Chờ Chi Mà Chẳng Thiền

Thơ: **Thanh Tịnh Liên**
Thích Nữ Chân Thiền
Nhạc: **Giác An**

SLOW ROCK - Chậm vừa

Phiền não biết bao nhiêu, nghĩ ngợi chi cho nhiều? Khiến Thân Tâm căng
thẳng. Sinh tật bệnh đủ điều. Vì vậy mới gây nên. Chứng mất ngủ triền
miên. Nhan sắc tàn phai nhiều. Tuổi thọ càng suy giảm. Cuộc đời thật cô
liêu ! Đừng chán chường bỏ liều. Đời này vẫn đáng yêu. Cứ Thiền đi là
biết ! Mọi tật bệnh đều tiêu. Thân tâm đến độ siêu. Dung nhan thật mỹ
miều. Tuổi thọ tăng thường lạc. Còn chờ chi không Thiền?

Chú Ý Là "Thiền"

Thơ: **Thanh Tịnh Liên**
Thích Nữ Chân Thiền
Nhạc: **Uy Thi Ca**

Slow - Espressivo
Thiền để nhận ra cái vi diệu siêu nhiên. Thiền để nhận ra từng hơi
thở dịu hiền. Thiền không phân biệt hơi dài hay hơi ngắn. Mà
1.
2.
Thiền chỉ thường hằng tự tại y nguyên. Thiền chỉ thường hằng tự tại y
nguyên. Thiền không hòa theo mọi vọng tưởng đảo điên.
Thiền không cắt đi những ý niệm làm phiền. Thiền không dõi theo thở nông
3
sâu hay vô ký. Thiền chỉ lặng lẽ âm thầm nhận biết an nhiên.
Thiền không hòa theo mọi vọng tưởng đảo điên. Thiền không cắt đi những ý
niệm làm phiền. Thiền không dõi theo thở nông sâu hay vô ký.
Thiền chỉ lặng lẽ âm thầm nhận biết an nhiên.
CODA
Rall ...
Thiền chỉ lặng lẽ âm thầm nhận biết an nhiên.

Nhận Biết Hơi Thở Bằng Con Mắt Tâm

Thơ: **Thanh Tịnh Liên**
Thích Nữ Chân Thiền
Nhạc: **Uy Thi Ca**

Dùng Mắt Tâm, ta dõi theo từng nhịp thở.
Chăm chú từng hơi để thấy biết rõ ràng.
Hô hấp chú tâm từng hơi thở nhịp nhàng.
Thở hay không thở Mắt Tâm ta vẫn thấy.
Thở hay không thở, Mắt Tâm ta thấy luôn.
Thấy biết chẳng rõ vì vọng niệm ngăn che.
Thấy biết chẳng rõ, vì niệm đầy biên kiến.
Thấy biết không rõ, vì vui theo vọng niệm.
Thấy biết rõ rồi vì biết vọng, hết mê.
Dùng Mắt... mê. Thấy biết không rõ.
vì vui theo vọng niệm. Thấy biết rõ rồi,
Rall . . .
vì biết vọng, hết mê.

Công Án "Tôi Là Ai"

Thơ: **Thanh Tịnh Liên**
Thích Nữ Chân Thiền
Nhạc: **Giác An**

SLOW _ Hát gồng như tụng kinh
Không tác ý duy nhất niệm thôi. Tôi là ai?
Hỏi ai là tôi? "TỰ TÍNH NIỆM"
còn ai vào đó, miễn sao đừng tạp niệm người ơi!
Không tạp niệm con duy vô niệm "VÔ" vô đây nào phải không
ngơ. "VÔ" vô đây là "VÔ BIÊN KIẾN" còn "NIỆM" này là
"NIỆM CHÂN NHƯ" Tướng là Tính, Tính cũng là Tướng.
Tướng đâu cần hoại, Tướng tự không. Bát Nhã Tâm,
môi nở nụ hồng, có ai dè Tính Tướng dung thông.

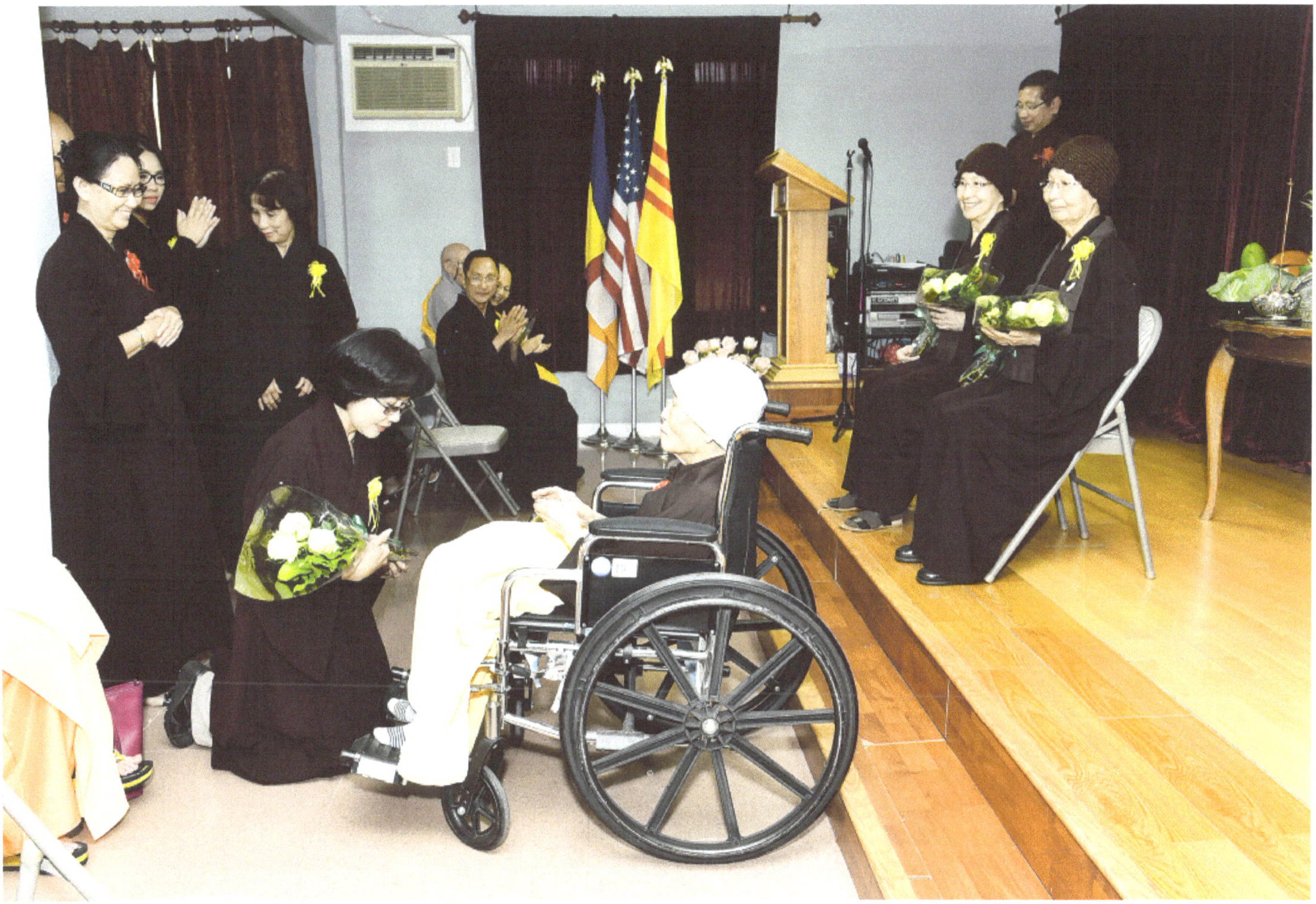

Thiền Viện Sùng Nghiêm.

Người Là Ai?

Thơ: **Thanh Tịnh Liên**
Thích Nữ Chân Thiền
Nhạc: **Giác An**

Ngâm thơ:
Mẹ là năng lượng ấm, tràn ngập thân con
Mẹ là suối nước, nước tươi mát ngọt ngon
Mẹ là gió, gió nhẹ lùa trên mái tóc.
Mẹ là đất, dinh dưỡng, muôn loài ghi ơn.

SLOW ROCK
Thân mẹ mênh mông, vũ trụ, trời xanh, ngần mé nào là chót? Tiếng hò
mẹ, suối reo vang, sóng biển đàn, chim trời ca hót. Lời mẹ
ru hay khúc nhạc hòa, khi bổng khi trầm khi thánh thót. Ôi bàn
tay! Bàn tay diệu huyền, mẹ biến hóa đại địa, sơn hà... Huyền hóa sắc
không, sao Mẹ thêu dệt mãi chưa hề ngưng? Nụ cười tươi, chính là hoa nở tưng
bừng, ngàn sao lấp lánh. 'Mắt thái dương, muôn tia nháy, Mẹ đùa trêu con đầy hóm
hỉnh! Vầng trăng tròn, trí sắt son, Mẹ dõi theo con mãi không dừng.

Đọc: *Cùng cặp chân chung, hỏi ai đang cùng đi cùng bước?*
Đi trước, bước sau? Hay chúng ta cùng chung một lượt?

À, vẫn y chang, từ lúc cha mẹ chưa hề sinh.
À, vẫn y chang, vì sóng nào mà không là nước?

Đừng sợ hãi, mà cũng đừng sửng sốt
Ai vừa thốt một tiếng: "MẸ" rồi im?

Người là ai, mà bí mật, im lìm?
Là mẹ, là con, phải chúng ta cùng bật nói?

Nếu quả thế, thì hết rồi bối rối, Vu Lan
này, chẳng còn khóc lôi thôi. Dù đỏ, trắng, bông hồng nào chẳng
thế ! Mẹ, hoa, tôi, cùng thể một mà thôi. Gặp mặt
thôi, mà thật chưa biết người ! Cố gắng nhé, tầm cho ra người ấy ! Ai đang
cài đóa hồng trên ngực áo ? Ai đang nhìn hoa hé nụ cười tươi.

Ăn Chay

Thơ: **Thanh Tịnh Liên**
Thích Nữ Chân Thiền
Nhạc: **Uy Thi Ca**

SLOW ROCK
Từ bi thương yêu, em ăn chay. Để súc sinh đỡ cảnh đọa đầy.
Dẫy dụa, thất thanh vì đổ máu. Than khóc kinh hoàng nào ai hay.
Từ bi thương yêu, em ăn chay. Để miệng không tanh vấy máu vơi đầy.
Bao tử không là mồ chôn gia súc. Thân tâm này thanh tịnh tuyệt vời thay.
Từ bi thương yêu, em ăn chay. Để thôi đi bao kiếp đọa đầy.
Thân mạng trả vay bằng xương máu. Lục Đạo luân hồi bao đắng cay.
Từ bi thương yêu, em ăn chay. Để súc sinh đỡ cảnh đọa đầy.
Dẫy dụa thất thanh vì đổ máu. Than khóc kinh hoàng nào ai hay.
Từ bi thương yêu, em ăn chay. Để miệng không tanh vấy máu vơi đầy.
Bao tử không là mồ chôn gia súc. Thân tâm này thanh tịnh tuyệt vời
CODA
Rall ...
thay. Thân tâm này thanh tịnh tuyệt vời thay.

Niệm Phật "Sáu Chữ Hồng Danh"

Thơ: **Thanh Tịnh Liên**
Thích Nữ Chân Thiền
Nhạc: **Uy Thi Ca**

Lento - Espressivo
Sáu chữ hồng danh trời đất chuyển. Di Đà tự tính hiện toàn thân.
"Chân như Niệm" tự không tác ý. Mười phương quy một cõi Di Đà.
Tạm nói cõi thực không có cõi. Tạm nói quy cũng chẳng phải quy.
Không nhiều chẳng một vì đồng thể. Hỏi chỗ nào không tự tính Di Đà.
Đơn thuần niệm mà không tạp niệm. Tự tính niệm gọi niệm Chân Như.
Niệm niệm mỗi niệm ý vô niệm. Thức tự chuyển trí, trí đây rồi.
Rall...
Sáu chữ hồng danh trời đất... rồi. Thức tự chuyển trí, trí đây rồi.

Giới

Thơ: **Thanh Tịnh Liên**
Thích Nữ Chân Thiền
Nhạc: **Uy Thi Ca**

Đọc: *Hãy xét suy ! Ôi, những kẻ không trì giới !*
Hãy coi chừng với tấm áo tùy thân
Khoác trên thân, tấm thanh tịnh trắng ngần
Đừng lợi dụng, kẻo lạc vào nơi tăm tối.

Moderato
Người chân tu, thường ngày ôm chặt Giới. Chẳng xa rời, dù
nửa bước chân thôi. Giới soi đường, thắp sáng khắp muôn nơi.
Giới mắt sáng, dẫn kẻ mù ra khỏi tối. Người chân tu, thường
ngày ôm chặt Giới. Chẳng xa rời dù nửa bước chân thôi.
Giới soi đường, thắp sáng khắp muôn nơi. Giới mắt
sáng, dẫn kẻ mù xa tối tăm. Giới tịch tĩnh khiết tinh trong mọi
lối. Giới la bàn, cứu kẻ lạc ngoài khơi. Giới Bản
đồ rốt ráo quá, ai ơi. Giới là Phật, tiếp chúng sinh về Tuyệt
đối. Giới tịch tĩnh khiết tinh trong mọi lối. Giới Địa
bàn, cứu kẻ lạc ngoài khơi. Giới Bản đồ rốt ráo quá, ai
ơi ! Giới là Phật, tiếp chúng sinh về Chân Như.

Sạch Cả Ngoài Trong

Thơ: **Thanh Tịnh Liên**
Thích Nữ Chân Thiền
Nhạc: **Uy Thi Ca**

SLOW - ESPRESSIVO
Lếch thếch, lôi thôi, thấy tội rồi. Ôi chao, bề bộn, thảm thương ôi!
Bẩn ngoài là tất trong cùng bẩn. Bẩn vật, bẩn người, bẩn mọi nơi.
Lếch thếch, lôi thôi, thấy tội rồi. Ôi chao, bề bộn thảm thương ôi!
Bẩn ngoài là tất trong cùng bẩn. Bẩn vật, bẩn người, bẩn mọi nơi.
SANS ACC.
BOLÉRO
Nhơ bẩn thế này, thật khổ thôi! Sau đây khổ cảnh khó xa rời.
Đẹp xinh, thanh sạch cần tinh tiến. Sạch cả trong ngoài, tột thảnh thơi.
Nhơ bẩn thế này, thật khổ thôi. Sau đây khổ cảnh khó xa rời.
Đẹp xinh, thanh tịnh, cần tinh tiến. Sạch cả trong ngoài, tột thảnh thơi.
SANS ACC.
SLOW ESPRESSIVO
Sạch cả trong ngoài là thấy Đạo. Niết bàn Tịnh độ thật người ơi!
Sạch cả trong ngoài là thấy Đạo. Niết bàn Tịnh độ thật người ơi.

Tình Thương Chân Thật

Thơ: **Thanh Tịnh Liên**
Thích Nữ Chân Thiền
Nhạc: **Uy Thi Ca**

Slow (Diễn cảm)
Chỉ có tình thương chân thật mới hoán cải được hận
thù. Chi có tình thương chân thật mới làm tan rã mây mù.
Tình thương chân thật, tình vô biên không ngần mé.
Có sẵn nơi mình, bỏ quên chẳng dùng, hỏi uổng không ư?
Nhưng vì vô minh che kín bởi tật xấu, thói
hư, nên tình thương chân thật biến thành đảo điên điên đảo.
Ta phải, ta phải đảo điên xoay ngược, cho tình thương hiện sáng như
sao. Thì cuộc sống muôn loài, muôn vật tuyệt đẹp biết bao.
Sao không cho đi cho người cho vật cho
thật, cho không biệt phân, không mong đáp nghĩa đền ân.

Cho đến thế, đó là tình thương tuyệt đối. Muốn hay
không nhân nào quả nấy vẫn an bài.
Không gieo trồng mà trông đòi quả là quá mê si.
Không cần biết mình, biết người, sao cứ lo phân bì.
Muốn hưởng phước báu thì lo vun trồng tu phước.
Muốn vượt sinh tử, phai tu huệ sao cho kiên trì.
Moderato
Gieo nhân cho to, thì trái quả thật to.
Gieo nhân so đo, thì hái quả so đo.
Gieo nhân đảo điên, ắt phải là điên đảo.
Gieo nhân chân thật là vượt quả nhỏ to.
Gieo nhân chân thật là vượt quả nhỏ to.

Từ Bi Và Giá Trị Bình Đẳng

Thơ: **Thanh Tịnh Liên**
Thích Nữ Chân Thiền
Nhạc: **Uy Thi Ca**

RUMBA - BOLERO

Từ bi với muôn loài. Không sát sinh hại ai. Gia súc chính là
bạn. Phụ giúp chúng ta hoài. Em trân quí mọi loài.
Chẳng thiên vị một ai. Dù cỏ cây đất đá. Lợi ích có thua
ai. Sứ mạng trĩu đôi vai. Bình đẳng ai hơn ai. Chúng ta đều như
thế. Vượt nhị biên đúng sai. Sứ mạng trĩu đôi vai.
Bình đẳng ai hơn ai. Chúng ta đều như thế. Vượt nhị biên đúng
sai. Từ bi với muôn loài. Không sát sinh hại ai.
Gia súc chính là bạn. Phụ giúp chúng ta hoài. Em trân quí mọi
loài. Chẳng thiên vị một ai. Dù cỏ cây đất đá. Lợi ích có thua
Coda
ai. Dù cỏ cây đất đá. Lợi ích có thua ai.
Rall ...
Chúng ta đều như thế. Vượt nhị biên đúng sai.

Lễ Tạ Ơn

Thơ: **Thanh Tịnh Liên**
Thích Nữ Chân Thiền
Nhạc: **Giác An**

SLOWROCK

Chẳng gì so sánh chẳng gì hơn, là lễ Vu Lan và Lễ Tạ ơn,
danh từ tuy khác nhưng đồng nghĩa, cao đẹp tuyệt vời Ôi ! Lễ Tạ ơn.
Cảm động làm sao cùng khắp nơi nơi, xa cách ngần nào cũng cố về
thôi. Cháu, con, cha, mẹ, gia đình chờ đợi, xum họp cùng cầu đáp lễ Tạ
ơn. Ngày ấy rất linh thiêng hỏi ai không tu phước ?
Tạ ơn trời, người, tạ ơn muôn loài, muôn vật. Tạ ơn thiên nhiên, cỏ
cây, đất đá, tạ ơn đất nước, tạ tổ tiên, ân sư, cha
mẹ. Chẳng chờ chi đến ngày lễ Tạ ơn, từng sát
na, từng giây phút vẫn tạ ơn. Dù ở nơi nao ta đều ghi ân như
thế, cũng xin nhớ đừng sát sanh vì lễ Tạ ơn.

Dâng Hoa

Thơ: **Thanh Tịnh Liên**
Thích Nữ Chân Thiền
Nhạc: **Giác An**

Valse-andantino, *dịu dàng uyển chuyển*
Hoa này con tặng Mẹ, cùng bông ấy dâng Cha. Mẹ
chính hoa xinh đó, Cha chính đài bông nha! Con
thường là hoa ấy, chúng ta chung một nhà. Vẫn hoa nầy con
dâng, dâng Thầy với sơn hà. Dâng đồng đều pháp
giới, dâng vũ trụ mênh mông, con dâng cả chân
không, chúng sanh mười phương Phật. Là tuyệt đối chân
thật, dâng trọn vẹn tay không, cùng thể đồng dung
thông, cùng thể đồng dung thông.

Thiền Viện Sùng Nghiêm.

Đóa Hoa Bất Diệt

Thơ: **Thanh Tịnh Liên**
Thích Nữ Chân Thiền
Nhạc: **Hoàng Bá**

= 70
Dm
C
Vạn vạn loài hoa khắp mười phương. Muôn sắc muôn
F
F
Dm
A7
màu tỏa ngát hương. Nhiệm màu vi diệu ngoài phân biệt.
Dm
Không nghĩa không gì, không vấn vương. Loài người mê
Dm
F
Dm
muội thấy mà thương. Trầm luân sinh tử với tai
Gm
C
ương. Sao đặt tên tôi bông hồng đỏ.
A7
Dm
Gọi sắc huy hoàng được tán dương.

Dm
Loài người mê muội thật đáng thương. Ngụp lặn vô
Gm
D.S. al Coda
thường đầy tai ương. Sao đặt tên tôi bông hồng
B♭ A7 Dm
trắng. Gán ghép sắc màu nghĩa sót thương.
39
B♭
Coda
Vạn vạn loài trắng gán ghép sắc
A7 Dm A7
màu nghĩa sót thương. Gán ghép sắc màu nghĩa sót
Dm
thương.

Đóa Hoa Mầu Nhiệm

Thơ: **Thanh Tịnh Liên**
Thích Nữ Chân Thiền
Nhạc: **Uy Thi Ca**

LENTO
Mẹ, mẹ là nhân chứng của cuộc đời đầy khổ đau.
Y lời mẹ dạy, tủ kinh sách, anh chị em chia nhau. Nước mắt mẹ đã trào
dâng, ngập đầy biển cả. Con xót xa lội bơi trong sóng lệ đau sầu.
Mẹ, mẹ là nhân chứng của cuộc đời quá thảm sầu.
Nên, con đã lần bước theo gót chân Đức Phật.
Niềm thống khổ của mẹ thôi thôi, vô cùng tận. Con đã
từng thét gào trong giông bão thương nhau.
Mẹ, mẹ ơi! mẹ ơi! Người mẹ tượng trưng của trần lụy biển

dâu. Không có mẹ, làm sao con biết, biết đường vượt ngoài giông
tố. Tỉnh mộng đi mẹ, cuộc đời thôi đã hết rồi lụy khổ. Chính pháp nhiệm
mầu bao phủ kín sạch thương đau.
MODERATO (Dolce)
Mẹ, mẹ ơi! mẹ ơi! Mẹ vui
đi trong ánh sáng Vi diệu Bảo châu.
Mẹ là ánh hào quang là vũ trụ tuyệt
vời lộng lẫy. Thôi tủi hờn, thôi hãi
hùng, thôi không giận lẫy. Này đóa hoa
đây, là trọn vẹn cả hương mầu.

Mẹ

Ngâm thơ:
Nhắc đến mẹ yêu,ai chẳng rưng rưng
Giọt lệ càng nén,càng sa,chẳng dừng.
Khi hiếu đễ,nhiều khi không phải thế.
Nên xót xa,hối hận mãi,không ngưng.

Thơ: **Thanh Tịnh Liên**
Thích Nữ Chân Thiền
Nhạc: **Uy Thi Ca**

chậm
Có những lúc giông bão đời đắng cay. Mẹ âu sầu, con thấy tim rụng trời rung.
Lệ lưng tròng, mẹ bày tỏ não nùng. Chua xót nào, so cõi đời thắng thua.
Rồi, nhiều lúc, mẹ mình cưng, mẹ nựng. Và, những khi mẹ buồn giận tủi mừng.
Rall . . .
Mắt nhung huyền, mẹ biến sắc đỏ sưng. Mà mình tưởng như gan bào ruột thắt, mẹ ơi!
Thôi, biết rồi, dù cõi đời mưa nắng. Chấp làm chi, trò múa rối lăng nhăng.
Huyễn hóa thôi, dọa người già trẻ nít. Này, tịnh tâm, ai còn dám hung hăng.
Nữ(A)_Mẹ, mẹ ơi! Đừng hãi hùng huyễn mộng. Sóng gió nào cũng chỉ đóa chân không.
Hỡi, những ai, dù ngoan hay bất hiếu. Đừng phạt mình, vì mẹ vẫn dung thông.
Nữ(B)_Phải sắc không, đồng thể rộng mênh mông? Mẹ vẫn đây, từ ngọn cỏ, bông hồng.
Vẫn nơi con, dù việc nhỏ việc lớn. Ngủ, nghỉ, ăn, làm, nào có rỗng không?

Thiền Viện Sùng Nghiêm.

Chiếc Áo Len Đan, Gia Tài Của Mẹ

Thơ: **Thanh Tịnh Liên**
Thích Nữ Chân Thiền
Nhạc: **Giác An**

Chậm - Êm nhẹ ♩ = 65

Len đan từng mũi, đan bằng từng giọt máu thở từng
hơi biến thành chiếc áo nhiệm màu. Tâm sáng ngời, trăng tròn đã _ hiện từ
lâu, ngầm dõi theo, phải đàn em còn khờ dại? Rằng: "Sợ em
mình rét lạnh ngủ không yên!" Một mũi len đan, một hơi thở _ siêu
thiền. Biến biến, hóa hóa, đầy khăn choàng, mũ _ áo. Là người chị
hiền? Hay bà mẹ thần tiên? Từng miếng cơm ngon, từng manh áo, bạc
tiền. Chắt chiu, nhường nhịn này dư nhiều, đừng lo. Bàn tay

dúi, này đồng nhỏ, này đồng to. Nhịn ăn, nhịn mặc, này trời cho rất
nhiều. Bao cay đắng chẳng ngại gì mưa với nắng. Em hãy
còn sao mà thơ dại mãi thôi! Càng lớn khôn, càng ngỗ nghịch biết bao
nhiêu, vẫn tha thứ, chỉ một lòng xót lòng thương. Tôi trưởng thành
rồi mà chị tôi còn lo lắng. Dưới cặp mắt người, tôi vẫn bé nhỏ mồ
côi. Đã cho hết rồi, chị vẫn: "Tội nghiệp em tôi..." Chị thay
mẹ để thương tôi suốt cuộc đời. Đồng ánh sáng của một vầng trăng chiếu
rọi, quỳ chắp tay, con xin tán thán ghi ân. Chị Hằng
ơi! người mẹ vi diệu khôn ngần, đây khúc nhạc lòng, cùng hòa điệu chị ơi.

Lễ Tạ Ơn Bằng Gà Tây

Thơ: **Thanh Tịnh Liên**
Thích Nữ Chân Thiền
Nhạc: **Giác An**

SLOW _ Chậm , tự sự

Muôn loài sinh vật chẳng một ai không muốn sống Chẳng có một
ai mà muốn dâng mạng cho ai. Ý mạnh hiếp yếu, hành động ấy thật
sai, vì "sự sống bình đẳng" hiện có trong muôn loài. Sự thật
ấy, muôn đời vẫn cứ là sự thật, tội lỗi cuộc đời này ai làm nấy chịu người
ơi! Dùng mạng thân ai, đem đền tạ thật chẳng hay, ác độc nhường
ấy hỏi trời nào dám chứng minh. Nền tảng đạo đức là chân của hạnh
phúc. Chân thật, hợp lý là nghĩa của sự đền ơn. Của
người phúc ta làm sao mà phải "đạo" Đem của công
mình dâng hiến tuyệt diệu hơn!
3

Hằng Nga Vẫn Đây Chờ

Thơ: **Thanh Tịnh Liên**
Thích Nữ Chân Thiền
Nhạc: **Uy Thi Ca**

slow espressivo
Mặt nặng mặt nhẹ khi làm công quả.
Mặt nặng mặt nhẹ khi bố thí cúng dường. Chỉ tạo thêm nghiệp, cái nghiệp sầu thương.
Hỏi làm sao mà hội nhập chân thường. Nào ai bắt, nào ai cột trói mình.
Mình tự mình trong phân biệt trọng khinh. Đừng điên đảo viện cớ này cớ khác.
Vượt ra ngoài biên kiến với nhục vinh. Thôi, đừng nên, đừng chụp mũ những ai.
Tính toán so đo, hai một một hai. Nào hơn thiệt, nào ghét ghen tranh chấp.
Thói hư này nào có trong bản lai? Vọng tưởng thành kiến buộc trói thâm
thê. Ngụp lặn sinh tử phiền não ê chề. Mình không thanh tịnh tưởng ai cũng
thế. Vô minh lạc lối mù tối quên về. Trăng bao
giờ mờ mà mãi trong mơ.
Mở mắt thôi, Hằng Nga vẫn đây chờ.
Khờ dại gì mà khư khư trụ chấp.
Trăng trăng đầy, trăng thêu dệt nên thơ.

Chân Tâm

Thơ: **Thanh Tịnh Liên**
Thích Nữ Chân Thiền
Nhạc: **Giác An**

MODÉRATO
Em là loài vô tình, vô trỉ, vô giác, là thuốc,
hoa, rau, trái, vật dụng cúng dường, là ngọc thực, dâng đời đỡ tội sát
sinh, là đất nước gió lửa, bát ngát núi đồi. Em là loài vô tình, vô tri vô
giác. Cùng khắp nơi nơi, man mác, dịu hòa. Muôn sắc, muôn
mầu huy hoàng rực rỡ, lấp lánh sao đầy bàng bạc trăng soi.
Em là loài vô tình, vô tri, vô giác. Là mây
lượn, trời trong, hoa xinh tuyệt tác, là không gian vẳng lặng, chan hòa thái
dương, là bờ giác, chân tâm là ngay đây.

Sao Gọi Cõi Sa Bà

Thơ: **Thanh Tịnh Liên**
Thích Nữ Chân Thiền
Nhạc: **Giác An**

TANGO
Muôn loài vật quanh ta. Hiện hữu từng sát - na. Sao nhiệm mầu vi
diệu ? Ngay đây cõi Sa bà ! Chiêm ngưỡng từng cảnh lạ.
Kính cẩn nghe điệu ca. Tinh vi siêu việt quá. Tuyệt thay cõi Sa -
Bà ! Sinh động lại hài hòa. Từng nhịp múa mưa hoa.
Gió lùa tô mầu sắc. Vạn vật tươi mượt mà. Kìa ai cất tiếng
ca ? Giữa đại diện sơn hà. Ai vừa xòe tay múa. Giữa không tịch bao
la. Chẳng hôm nay, hôm qua. Động tịnh từng sát - na.
Khắp muôn loài muôn vật. Mà tịch tĩnh không ngoa !
Ai chê cõi Sa - bà. Vì chưa hiểu sâu xa. Cõi này không tên
tuổi. Ngoài gán ghép ba hoa. Vẫn thân này mà ra.
Khi mê ta là ma. Khi ngộ Pháp Giới Tính sao gọi cõi Sa - bà.

Đâu Là Tịnh Độ, Niết Bàn?

Thơ: **Thanh Tịnh Liên**
Thích Nữ Chân Thiền
Nhạc: **Giác An**

Chậm , sâu lắng
Điên đảo mộng tưởng, ôi! trường u mê.
Nhị biên tương đối phiền não, ê chề. Chấp tịnh độ đây, còn kia trược uế.
Sâu dầy vô minh, quên lối quay về. Niết bàn tịnh độ cùng khắp người ơi!
Bởi vì tôi chưa chấp nhận mà thôi. Khi tịnh tâm, thấy nhìn thông thấu suốt.
Còn vọng tâm vướng mắc khắp cùng nơi. Đầy núi rác hay vùng ô uế
nhất. Đây hương thơm ngào ngạt tột cao sang. Này lâu đài, gác tía rộng thênh
thang Hỏi là chi trong nghĩa: "Đồng nhất thể" Tôi biết: tôi tự che
tôi: "của sẵn có trong nhà" chỉ buông sạch thôi, là bảo châu chói lòa. Nhưng: tham, sân,
si, mạn, nghi lầm lì gan mãi. Còn: ái dục, danh tài như sóng cuồng điên dại!.

Cực Lạc Thế Giới

Thơ: **Thanh Tịnh Liên**
Thích Nữ Chân Thiền
Nhạc: **Giác An**

RHUMBA
Tánh không duyên hợp tựa áng mây, thức tỉnh đừng say, đừng ngất
ngây, gió cuốn mây bay là vạn pháp, chân không, diệu hữu chẳng rời
đây. Nhiệm mầu vi diệu những hàng cây, ngọc ngà sai trĩu pha lê
đầy, bóng mát lọng che tươi xanh mướt, Niết bàn cực lạc chính là
đây. Róc rách chân đồi tiếng suối đàn, ca hát, lững lờ cá
lượn dáng tự tại thanh nhàn. Đây này hoa treo, ồ! Bảo
Cái. Kìa dây liễu rũ! Chính tràng phan, tiếng chim ngân
cao, à! em đang thuyết pháp, rực rỡ huy hoàng ánh thái dương.
Thất bảo ngay đây sao lấm bạc vàng, biển rộng, đất giàu, hầm mỏ thênh
thang. Xích châu, xà cừ, lưu ly mã não, muôn sắc, muôn màu lộng lẫy chói
chan. Niết bàn, cực lạc không nghĩ bàn. Bảo trì, bát đức cứ tràn
lan. Vũ trụ, pháp thân không ngằn mé, Tam Thân, Tứ Trí tiếng oanh vang.

Tự Tại

Thơ: **Thanh Tịnh Liên**
Thích Nữ Chân Thiền
Nhạc: **Uy Thi Ca**

Chậm - Rõ ràng

Tự tại, không nghĩa cũng không lời. Tự tại, đem Đạo cứu độ
Đời. Tự tại giúp người mãi không ngơi. Tự tại, chỉ
bố thí mà thôi. Tự tại, không ngừng nghỉ người ơi!
Tự tại, làm việc như vui chơi. Tự tại, hy
Phấn khởi
sinh thật tuyệt đối. Tự tại, tô hạnh phúc cho Đời. Tự tại,
suối mát khắp cùng nơi. Tự tại, Phật pháp chẳng xa vời.
Tự tại, quên mình cho cùng khắp. Tự tại, ngay đây chẳng xa
rời. Tự tại, suối mát khắp cùng nơi. Tự tại,
Phật pháp chẳng xa vời. Tự tại, quên mình cho cùng khắp.
CODA
Tự tại, ngay đây chẳng xa rời. Tự tại,
Rall ...
quên mình cho cùng khắp. Tự tại, ngay đây chẳng xa rời ...

Bước Chân Ai

Thơ: Thanh Tịnh Liên
Thích Nữ Chân Thiền
Nhạc: Uy Thi Ca

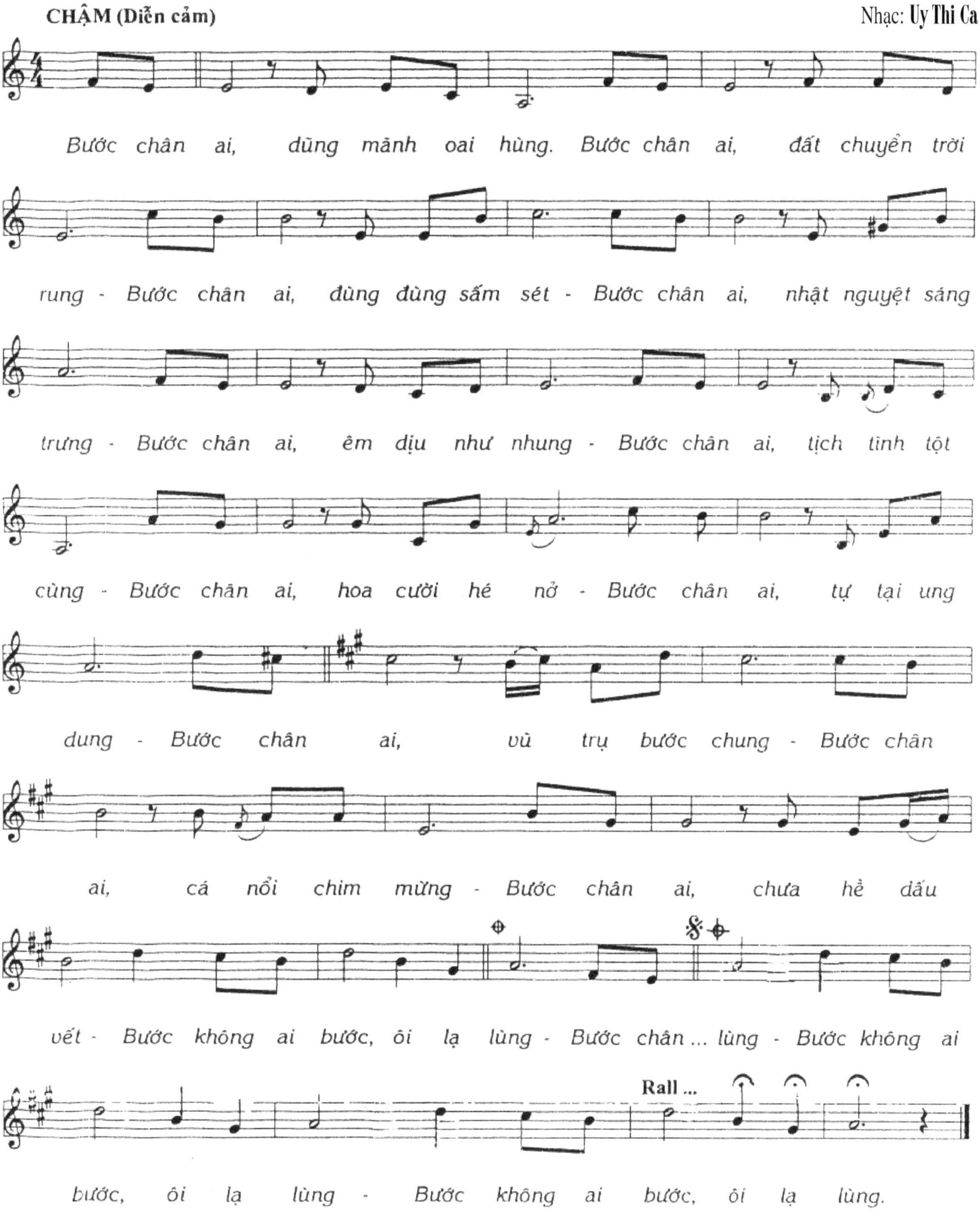
CHẬM (Diễn cảm)
Bước chân ai, dũng mãnh oai hùng. Bước chân ai, đất chuyển trời
rung - Bước chân ai, đùng đùng sấm sét - Bước chân ai, nhật nguyệt sáng
trưng - Bước chân ai, êm dịu như nhung - Bước chân ai, tịch tĩnh tột
cùng - Bước chân ai, hoa cười hé nở - Bước chân ai, tự tại ung
dung - Bước chân ai, vũ trụ bước chung - Bước chân
ai, cá nổi chim mừng - Bước chân ai, chưa hề dấu
vết - Bước không ai bước, ôi lạ lùng - Bước chân ... lùng - Bước không ai
Rall ...
bước, ôi lạ lùng - Bước không ai bước, ôi lạ lùng.

Trọn Vẹn Bước Chân

Thơ: **Thanh Tịnh Liên**
Thích Nữ Chân Thiền
Nhạc: **Nghiêm Phú Phát**

Nhịp vui - Trong sáng ♩ = 90

Intro
G
C
D7
G
D7
Một lò hun đúc, ta cùng đi.
Bm7
D7
Cùng một ý chí, ta chọc thủng mê
G
G7
C
mờ. Này đây, ngàn hoa
G
nở. Trên đường đi muôn vàn hương sắc Mỗi bước chân

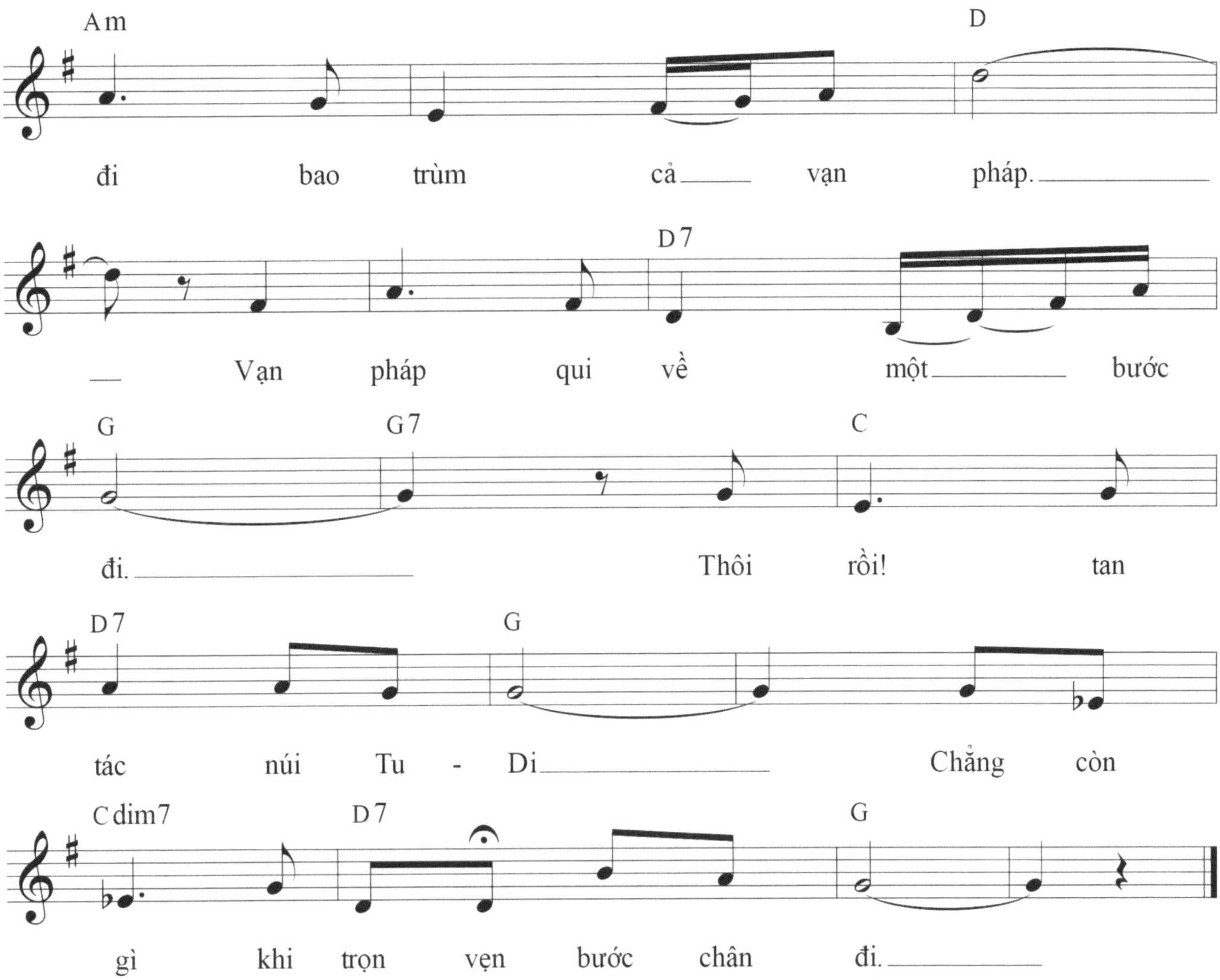
Am D
đi bao trùm cả vạn pháp.
D7
Vạn pháp qui về một bước
G G7 C
đi. Thôi rồi! tan
D7 G
tác núi Tu - Di Chẳng còn
Cdim7 D7 G
gì khi trọn vẹn bước chân đi.

Phật Nhập Diệt

Thơ: **Thanh Tịnh Liên**
Thích Nữ Chân Thiền
Nhạc: **Uy Thi Ca**

MODERATO
Nhập diệt đây, vượt hết tử sinh rồi.
Nhập diệt đây, chẳng còn có luân hồi. Nhập diệt đây, về nguồn chân tuyệt đối.
Nhập diệt đây, chân thật sống mãi thôi. Nhập diệt đây, nhân quả hết thật rồi.
Nhập diệt đây, ta cùng khắp nơi nơi. Nhập diệt đây, ta hiện hữu không rời.
Mhập diệt đây, ta có mặt trên đời. Nhập diệt đây, vượt hết tử sinh rồi.
Nhập diệt đây, chẳng còn có luân hồi. Nhập diệt đây, về nguồn chân tuyệt đối.
Nhập diệt đây, chân thật sống mãi thôi. Nhập diệt đây, nhân quả hết thật rồi.
Nhập diệt đây, ta cùng khắp nơi nơi. Nhập diệt đây, ta hiện hữu không rời.
Nhập diệt đây, ta có mặt trên đời.

Em Học Tiếng Nước Em

Thơ: **Thanh Tịnh Liên**
Thích Nữ Chân Thiền
Nhạc: **Uy Thi Ca**

MODERATO (Trang trọng, rõ ràng)

Ông bà em dạy em. Học chữ Việt mà xem. Bốn ngàn năm văn
hiến. Là kho tàng nước em. Cha mẹ em dạy em. Nói
tiếng Việt cho quen. Con mang dòng máu ấy. Cội nguồn nhớ đừng
quên. Giống Lạc Hồng dân Việt. Hãnh diện là đương nhiên. Vì
con Rồng cháu Tiên. Nên em học tiếng Việt. Vì em là người
Việt. Vong bản chẳng nơi em. Dân Việt là dân em. Chẳng bao giờ vong
bản. Vì em là người Việt. Em học tiếng nước em. Xin
bạn chớ có ghen. Vì em là dân Việt. Hạnh nhẫn nhục cần
cù. Từ bi vì biết tu. Oai hùng y sử sách. Trí tuệ trăng Trung
Thu. Bổn phận em rất nhiều. Với đất nước em yêu. Với
cộng đồng người Việt. Trách nhiệm biết bao nhiêu.

Em Học Thiền

Thơ: **Thanh Tịnh Liên**
Thích Nữ Chân Thiền
Nhạc: **Uy Thi Ca**

SLOW ROCK
Em đi học Thiền là học chú Tâm. Giác ngộ trở về thân tâm là một.
Thân tâm là một mọi lúc mọi nơi. Đi đứng nằm ngồi nói năng ngủ nghỉ.
Em đi học Thiền là học chú Tâm. Giác ngộ trở về thân tâm là một.
Thận tâm là một mọi lúc mọi nơi. Đi đứng nằm ngồi ngủ nghỉ nói năng.
Học hành chăm chỉ bất cứ việc gì. Từng tí từng li đều không sơ hở.
Thân tâm là một từng phút từng giây. Chớ có lãng khuây sẽ bị cô rầy.
Em đi học Thiền là học chú tâm. Giác ngộ trở về thân tâm là một.
Thân tâm là một mọi lúc mọi nơi. Đi đứng nằm ngồi ngủ nghỉ nói năng.
CODA (Fade out ...)
Thân tâm là một mọi lúc mọi nơi. Đi đứng nằm ngồi ngủ nghỉ nói năng.

Em Tọa Thiền

Thơ: **Thanh Tịnh Liên**
Thích Nữ Chân Thiền
Nhạc: **Nam Hưng**

Slow- With deep feeling, with soul ♩= 70
(Introduction ....) À á a a à.
Ồ ố ô ô ồ. A a a á a.
Ố ồ ô ố ồ. Em ngồi thiền ngay ngắn. Không buông thả thân tâm.
Em ngồi thiền ngay ngắn. Không nghĩ ngợi mông lung. Em ngồi thiền ngay ngắn. Không tự do nhúc
nhích. À a á à a. Em ngồi Thiền ngay ngắn. Không thì thầm với bạn.
Em ngồi Thiền ngay ngắn. Không liếc dọc, liếc ngang. Em ngồi Thiền ngay ngắn. Không để Tâm lang bang.
Em ngồi Thiền ngay ngắn. Chỉ chú tâm mà Thiền. (Introduction ....
Very gently, sweetly
............) Để nhận ra nhịp thở. Thở vào, lại thở ra. Chỉ chú tâm
Hát lại lần hai theo các dấu đã chỉ định
vào: "Cái Đang Nhận Ra". Mà không lầm lẫn, là dõi theo hơi thở.
rit

Em Thiền Hành

Thơ: **Thanh Tịnh Liên**
Thích Nữ Chân Thiền
Nhạc: **Uy Thi Ca**

CHẬM (Trang nghiêm)
Em Thiền hành trang nghiêm. Chú ý bước chân Thiền. Không nhìn ngang nhìn
ngửa. Bước chân này an nhiên. Em Thiền hành trang nghiêm.
Chú ý bước chân Thiền. Không nhìn ngang nhìn ngửa.
Dolce (êm nhẹ)
Bước chân này an nhiên. Thiền hành thật trang nghiêm. Biết chú Tâm là
Thiền. Thân Tâm con thanh tịnh. Quậy phá là người điên.
Thiền hành thật trang nghiêm. Biết chú Tâm là Thiền. Thân Tâm con thanh
tịnh. Quậy phá là người điên. Em Thiền hành trang nghiêm.
Chú ý bước chân Thiền. Không nhìn ngang nhìn ngửa. Bước chân này an
nhiên. Em Thiền hành trang nghiêm. Chú ý bước chân Thiền.
Không nhìn ngang nhìn ngửa. Bước chân này an nhiên.
CODA
Rall ...
Không nhìn ngang nhìn ngửa. Bước chân này an nhiên.

Hiếu Để

Thơ: **Thanh Tịnh Liên**
Thích Nữ Chân Thiền
Nhạc: **Uy Thi Ca**

THONG THẢ - TRÌU MẾN

Em thương yêu mẹ cha. Nhớ ơn từng sát na. Công
sinh cao hơn núi. Công dưỡng hơn biển sâu. Mẹ
cha cho thân này. Có sáu căn ngay đây. Mới hiểu thấu nghĩa
đạo. Thể, dụng thật đủ đầy. Thể hiện trong từng giây. Ngay
trên thân em đây. Mọi việc đều siêu việt. Nhờ thân hiện hữu
này. Em thương yêu mẹ cha. Vất vả từng sát
na. Cho con từng giọt máu. Ai mà không xót xa.
Em thương yêu mẹ cha. Vất vả từng sát
na. Cho con từng giọt máu. Ai mà không xót xa.
Em ... xa. Em thương yêu mẹ cha. Em
Rall ...
thương yêu mẹ cha. Em thương yêu mẹ cha.

Phụ Giúp Mẹ

Thơ: **Thanh Tịnh Liên**
Thích Nữ Chân Thiền
Nhạc: **Giác An**

VALSE - MODÉRATO
Khi bài vở đã xong không chạy nhảy tung
tăng. Mà em lo giúp mẹ làm việc nhà siêng
năng. Khi bài vở đã xong không nghịch ngợm lăng
xăng không mê GAMES, phá phách em giúp mẹ thật chăm.
Khi bài vở đã xong không lười biếng ưa nằm. Giúp
CODA
mẹ em rửa chén. Dọn dẹp luôn sạch trong. Em
giúp mẹ rảnh tay. Em giúp mẹ thêm nhiều niềm vui.

Siêng Năng

Thơ: **Thanh Tịnh Liên**
Thích Nữ Chân Thiền
Nhạc: **Uy Thi Ca**

MODERATO
Siêng năng em học hành. Đỗ đạt là thành danh. Làm
vui lòng cha mẹ. Cuộc đời đẹp như tranh. Mọi
việc em đều siêng. Tỉ mỉ là siêu Thiền. Vẹn
toàn không sơ hở. Chân Thiện Mỹ đương nhiên. Siêng
năng là bản tính. Toàn thiện lại toàn minh. Tính
ấy cứ mới tinh. Dè đâu ngay chính mình. Siêng
năng là bản tính. Toàn thiện lại toàn minh. Tính
ấy cứ mới tinh. Dè đâu ngay chính mình. Siêng ...
mình. Siêng năng em học hành. Làm vui lòng mẹ
cha. Siêng năng em học hành. Cuộc đời đẹp như tranh. Là
là la lá la là la là.

Gọn Gàng (Gọn Ghẽ)

Thơ: **Thanh Tịnh Liên**
Thích Nữ Chân Thiền
Nhạc: **Giác An**

3
Gối, nệm cho phẳng phiu. Giầy, dép xếp thẳng hàng. Quần áo treo ngay
thẳng. Đồ chơi xếp gọn gàng. Không để tâm lang
thang chữ viết phải rõ ràng. Chú tâm trong mọi việc thành công thật dễ
dàng. Mẹ cha mừng con ngoan. Làm thơm lây họ
hàng. Nô nức người con giỏi. Đạo đời thật vẻ vang.

Rửa Tay (Vệ Sinh)

Thơ: **Thanh Tịnh Liên**
Thích Nữ Chân Thiền
Nhạc: **Giác An**

Vệ sinh xong rửa tay. Bằng xà bông tuyệt thay!
Trước khi ăn cũng thế. Đi đâu về rửa tay ngay.
Nếu em lười rửa tay. Muôn điều thật chẳng hay.
Bẩn dơ là tật xấu. Vì từ bi em rửa tay.
Nếu em siêng rửa tay. Tránh bệnh tật không lây.
Là em thương em đấy. Và: - Thương người em rửa tay.

Nhân Quả Nghiệp Báo

Thơ: **Thanh Tịnh Liên**
Thích Nữ Chân Thiền
Nhạc: **Nam Hưng**

Bolero ♩= 72
(Introduction...)Nhân
quả và mọi sự đều đã an bài. Nên: Chẳng có gì gọi là đúng với sai. Đẹp/
xấu, giàu/ ngèo, hay thông minh/ dốt nát. Nghiệp báo hiện tiền, nên chớ có oán ai!
Thiên tai, bão lụt, nhân quả của vạn loài.
Tai nạn, ốm đau chẳng có trừ một ai!
Muốn chuyển Nghiệp báo, không gì ngoài:"Tu Tập". Là phương thuốc nhiệm mầu có một mà không hai!
Không tu, không chuyển, nên ta khổ đau hoài.
Sinh tử, luân hồi nào có trừ cho ai!
Nghiệp báo: thiện/ ác đương nhiên là như vậy. "Nhân nào quả nấy", còn làm sao mà sai?

Tập Khí

Thơ: **Thanh Tịnh Liên**
Thích Nữ Chân Thiền
Nhạc: **Uy Thi Ca**

Chậm
Tập khí ôm theo bao kiếp đời.
Nâng niu, chiều chuộng chẳng xa rời. Ghét ghen kỳ thị lồng tia mắt.
Tranh cãi hơn thua chẳng nhượng lời. Ý kiến việc làm cho tuyệt đối.
Nhỏ nhen thù hận ngất lưng trời. Hung hăng chửi mắng trông kỳ quái.
Mặt chảy nặng dài thực khó coi. Khổ quá đi thôi, tập khí ơi!
Điêu ngoa quỷ quyệt hại danh người. Ham tiền ham dục ham lười biếng.
Ham lợi ham quyền mãi chẳng ngơi. Độc ác sân si ngã mạn chơi.
Khổ đau chẳng sợ nghiệp luân hồi. Tập khí tột cùng thà ôm chết.
Dù chết còn mang mãi chẳng thôi. Ngu si tập khí đáng thương ôi!
Ôm mãi làm chi chẳng chịu rời. Không bỏ đi thời thôi đành chịu.
Sau đây ác đạo khó sao lùi. Tập khí ôm theo bao kiếp... ...lùi.
Ngu si tập khí đáng thương ôi! Ôm mãi làm chi chẳng chịu rời.
Không bỏ đi thời thôi đành chịu. Sau đây ác đạo khó sao lùi.
Rall...
Sau đây ác đạo khó sao lùi.

Vắt Chanh Bỏ Vỏ

Thơ: **Thanh Tịnh Liên**
Thích Nữ Chân Thiền
Nhạc: **Giác An**

SLOW ROCK - Chậm buồn, tự sự

Sức tàn, lực kiệt thế là thôi, vắt chanh bỏ vỏ, xót xa đời!
Một mẹ già bằng ba người ở, một ông cha bằng bốn anh bồi!
Tiếng rên, tiếng hú não nùng ơi! Cô độc riêng tôi, trời hỡi trời!
Viện dưỡng lão hôi mùi xú uế,. thấm tình đời bạc trắng như vôi!
Ngày tàn ngày, thân tôi đơn côi! Hồn bồng bềnh tôi trôi dần
trôi... Nồng nặc mùi như ai đánh thức, thôi hết rồi, tôi bị bỏ
rơi! Viện dưỡng lão, cho ai đơn côi không người thân cô độc thương ôi! Đó là
nơi từ bi tuyệt đối, nhiều hy sinh cho các cụ mà thôi!
Một "ông cha" là bằng "ba mẹ già", cắt cỏ, lau nhà, giữ
cháu "bê bi". Một "mẹ già" là bằng ba người ở, vắt chanh hết
nước rồi đem vứt vỏ đi! Bỏ vào nhà mồ vĩ đại, uy

Bạc Bẽo
(Lấy Oán Đền Ân)

Thơ: **Thanh Tịnh Liên**
Thích Nữ Chân Thiền
Nhạc: **Giác An**

SLOW
3
Khi si mê: - Đã là con người chẳng ai không có tội.
Nào là phản bội, ác độc bạc trắng như vôi! Nào là thủ đoạn, xảo
quyệt, điêu ngoa, nịnh hót chẳng sợ nhân quả, luân hồi, miễn thỏa mãn cái
tôi. Trên lộ trình học đạo: - Khi là con người mà đúng nghĩa của
người thì chẳng hề bao giờ lại bạc trắng như vôi, mà luôn hạ
ngã, và bỏ buông muôn tập khí. Ân trả nghĩa đền - chứ có bao
giờ lại lấy OÁN đền ÂN! Ơn ai một chút chẳng hề
quên. Dù người chẳng kể nhưng phận ta vẫn đền!

Nói Xấu

Thơ: **Thanh Tịnh Liên**
Thích Nữ Chân Thiền
Nhạc: **Giác An**

Valse Moderato
Em nói xấu người, bất tịnh chính miệng em.
Người chưa thấy xấu mà em đã lọ lem!.
Tưởng dập người xuống là em tăng thêm giá, sao
vạch áo đưa lưng cho thiên hạ xem?!.
Người tư cách tài danh thì em thấy ghen ghen.
Ai đạo đức, giầu sang thì em thấy thêm thèm.
Sắc, danh, tài, nhân quả gieo nhiều kiếp,
nói xấu làm sao ảnh hưởng được đâu em?.
Chấp nhận đi em, em có phận đừng quên,
tu tâm dưỡng tánh, có ngày, có phen.
Muốn hưởng phước báu, ồ nào đâu có khó.
Khó chăng là em hái đích thực hoa sen!.

Ghen

Thơ: **Thanh Tịnh Liên**
Thích Nữ Chân Thiền
Nhạc: **Giác An**

MODÉRATO
Khi đang ghen ta như người mất trí, lồng lộn quay cuồng như đất lở, trời
long, gào thét vang như thú dữ hung hăng, khiến người coi nhẹ còn lòng ta tan
tác ! Người sâu sắc không ghen tuông hận oán, ai hơn ta là đã có nguyên
nhân, họ đã tu đã gian khổ muôn phần, nhân trước gieo thì đời nay sẽ
gặt. Người sâu sắc hiểu nhân duyên, nghiệp báo, chấp nhận thôi và tu sửa nghiệp
nhân. Mọi oán ân, mọi ngang trái nợ nần, không đời này cũng do bao đời
trước. Mọi mất mát mọi kém thua muốn vượt, đừng than trời, trách đất, giận, hờn
ghen. Ta càng ghen người càng tiến hơn lên, càng căm hận người càng lên tột
cùng. Tự quay lại, tự phanh phui, quán xét, tự sám, tự chừa bao tội lỗi vô
minh, chỉ tu thôi, tự hỏi : "TA LÀ AI ?", khi kiếm ra là trăng thanh hiện bày.

Giả Dối

Thơ: **Thanh Tịnh Liên**
Thích Nữ Chân Thiền
Nhạc: **Giác An**

SLOWROCK
Mọi cảnh vật đã cùng đều giả dối, đổ dầu
thêm, dối gạt khắp nơi nơi. Thói hư thôi, nên dối gạt để chơi, tưởng dối
người, ai dè gạt chính tôi!. Lương tâm nào, không biết mình có tội? Nhưng vì
lợi, nên dối gạt mà thôi. Gạt cha mẹ, vợ chồng và tổ quốc, dối bạn
bè, sao lợi lộc tí xôi!. Ai biết đâu, nào đã thấy thiên lôi? Cứ giả
dối, sợ gì chảo dầu sôi. Có ngờ đâu, đào sâu thêm ngục tối, mãi luân
hồi, vì nghiệp ở đầu môi!.

Tịnh Khẩu

Thơ: **Thanh Tịnh Liên**
Thích Nữ Chân Thiền
Nhạc: **Uy Thi Ca**

CHẬM (Diễn cảm)
Tịnh khẩu ngoài, mà lại nói bên trong - Khi tình, khi tưởng,
sao cứ rối mòng - Chớ lo, đừng sợ, cũng đừng theo vọng
Từng niệm rõ ràng, lặng biết là xong - Tuy rõ
biết, nhưng Tâm chẳng dính đâu - Chỉ thản nhiên, như
nước chảy qua cầu - Không nhiễm ô Trần, khi Thức, Căn dụng
ứng - Tịnh khẩu trong ngoài, thôi đã đồng nhau
... nhau - Không nhiễm ô Trần, khi Thức, Căn dụng ứng -
Rall ...
Tịnh khẩu trong ngoài, thôi đã đồng nhau.

Khoe Khoang

Thơ: **Thanh Tịnh Liên**
Thích Nữ Chân Thiền
Nhạc: **Uy Thi Ca**

Hữu xạ tự nhiên hương. Đừng khoe để người thương.
Khoe khoang là tật xấu. Khiêm cung đẹp lạ thường.
Hữu xạ tự nhiên hương. Đừng khoe để người thương.
Khoe khoang là tật xấu. Khiêm cung đẹp lạ thường.
Tưởng khoe người tán dương. Muốn vang dậy mười phương.
3
Dè đâu người chán ngán. Hữu xạ tự nhiên hương.
Hữu xạ tự nhiên hương. Đừng khoe để người thương.
Khoe khoang là tật xấu. Khiêm cung đẹp lạ thường.
Hữu xạ tự nhiên hương. Đừng khoe để người thương.
Khoe khoang là tật xấu. Khiêm cung đẹp lạ thường.
CODA
Rall . . .
Khoe khoang là tật xấu. Khiêm cung đẹp lạ thường.

Lười

Thơ: **Thanh Tịnh Liên**
Thích Nữ Chân Thiền
Nhạc: **Uy Thi Ca**

CHẬM
Lười ghì nặng thân này ngàn vạn ký.
Lười, đứng đi làm lụng chẳng ra gì. Lười, biếng suy như gỗ đá vô tri
Lười, hại nước hại dân đầy ích kỷ. Lười, ác độc còn hơn loài cầm thú.
Lười, hại mình hại hết cả quần sinh. Lười, ngủ nhiều chẳng phá nổi vô minh.
Lười, chỉ ăn nợ chúng sinh bằng núi.
MODERATO
Lười, quần quại đua chen trong sáu cõi. Lười, hãi hùng dẫy dụa với diệt sinh.
Thôi, đừng lười để tránh hết điêu linh. Cho thoát khỏi tử sinh muôn nẽo đời.
Lười, quần quại đua chen trong sáu cõi. Lười, hãi hùng dẫy dụa với diệt sinh.
Thôi, đừng lười để tránh hết điêu linh. Cho thoát khỏi tử sinh muôn nẽo đời.
CODA
Thôi, đừng lười để tránh hết điêu linh. Cho thoát khỏi tử sinh muôn nẽo đời.

Sân Si

Thơ: **Thanh Tịnh Liên**
Thích Nữ Chân Thiền
Nhạc: **Uy Thi Ca**

Moderato
Khi sân si, quở ta hơn thú dữ.
Mắng thét vang nạt nộ rung rung trời. Lửa tự đốt, mắt hung rực từng hồi.
Tưởng người sợ, thiên lôi đà quỳ gối. Tưởng người sợ, thiên lôi quỳ gối ngay.
Lúc sân si, sợ gì không làm tới. Mặc ai cười và mặc cả ai khinh.
Xá chi gì, trí tuệ với tử sinh. Lý trí loạn, ta mất ta chẳng chối.
Lý trí loạn, ta mất ta mà thôi. Ta mất ta, ta không còn kịp hối.
Mất ta rồi, ta chìm đắm tử sinh. Ta ngu si, ta nào sợ điêu linh.
Ta thét gào, đớn đau trong ngục tối (ư) Ôi hỏa ngục, ôi hãi hùng khiếp đảm.
Nó gan lì, chẳng sợ tiếng ta than. Nó đốt ta, ta hét đến cổ khan.
Nó đâu biết là ta đây thật thảm. Nó đâu biết là ta đây quá thảm sầu.
CODA
Nó đâu biết là ta đây quá thảm sầu.

Thiền Viện Sùng Nghiêm.

Nịnh Hót

Thơ: **Thanh Tịnh Liên**
Thích Nữ Chân Thiền
Nhạc: **Uy Thi Ca**

Lento
Chớ nịnh hót và cũng chớ ưa hót nịnh.
Nịnh hót này cũng là bịnh của chúng sinh.
Gây phức tạp, tạo biết bao điều khủng khiếp.
Mang hãi hùng mang cả thảm họa điêu linh.
Vua chúa ngày xưa nghe gian thần hót nịnh.
Để nước mất nhà tan vạn cảnh đao binh.
Nịnh hót giỏi, gây tang thương cùng chết chóc.
Nịnh hót hay làm điêu đứng cả quần sinh.

ĐỌC : *Nịnh hót vì muốn đạt danh lợi,hiển vinh.*
Nịnh hót vì muốn đạt tiền tài, chức vị
Nịnh hót vì tham lam hay đầy ác ý.
Nịnh hót vì muốn đạt nhan sắc đẹp xinh.

Bịnh nịnh hót cũng do hạt giống vô minh.
Chớ có nghe, cũng chớ dùng lời hót nịnh.
Ai mắc phải, đều nên tìm thầy chữa bịnh.
Để xả buông tận gốc hạt giống vô hình.
Moderato
Chớ luyến tiếc, chứng bịnh đó hại thân mình.
Liên hệ cả vũ trụ và cả quần sinh.
Ưa nó, dùng nó, nào khác chi độc dược.
Tránh xa đi cho thanh tịnh với yên bình.
Chớ nịnh... ...bình. Tránh xa đi cho thanh tịnh
với yên bình.

Thân Phận Những Người Tù

Thơ: **Thanh Tịnh Liên**
Thích Nữ Chân Thiền
Nhạc: **Giác An**

Chậm vừa ♩=105
Tội nghiệp những người tù, đôi khi cũng muốn tu,
và ăn năn cải hối, nhưng mọi nơi đều "xù".
Với xấp hồ sơ tù, xin việc thì bị "trù",
người khinh khi không mướn, nguyên do trở lại tù.
Xã hội ruồng bỏ ư ?! Người người coi như thù,
nương thân không nơi chốn, nên em trở về tù ?
Nếu tôi là chính phủ, tôi lưu ý tới tù,
cũng có người cải hối, ngoan cố, kẻ si
ngu ! ... Thôi thì lo đầy đủ, khi họ ra khỏi tù,
huấn nghệ mọi tầng lớp, đạo đức, khuyến học tu.
Lập kỹ nghệ mướn tù, với đồng lương vừa đủ,
giúp họ không tủi hổ thân phận những người tù.

Tắm Phật

Thơ: **Thanh Tịnh Liên**
Thích Nữ Chân Thiền
Nhạc: **Nguyên Hà**

Harmonic
Em tắm ai đây? Hay Em tắm Em? Phật tuyệt thanh
tịnh, còn Em tèm lem. Ôi tham, sân, si mạn nghi đầy
đủ. Vậy Em tắm ai đây? Hay Em tắm Em? Em tắm
Phật? Hay là Em tắm Em? Phật thường Tịch Quang, còn Em tèm
lem! Gạn sao tập khí tận, vô minh hết Bật tiếng ai
cười "Ô, Phật hay Em"? Ta đang tắm
Phật hay Ta đang tắm Ta? Tắm sạch Vô Minh, tắm hết cả Tâm
Tà. Đất chuyển Trời rung, à ra Ta tự hiện! Ồ Pháp Thân
này, Phải Ta vẫn là Ta!

Tắm Phật

Thơ: **Thanh Tịnh Liên**
Thích Nữ Chân Thiền
Nhạc: **Uy Thi Ca**

MODERATO
Tôi tắm ai đây hay tôi tắm tôi? Phật tuyệt thanh tịnh, tôi toàn tội
thôi! Tôi tắm ai đây hay tôi tắm tôi? Phật tuyệt thanh
tịnh, tôi toàn tội thôi! Ôi tham, sân, si, mạn, nghi, đầy
đủ. Ôi tham, sân, si, mạn, nghi, đủ đầy. Ôi tham, sân,
si, mạn, nghi, đầy đủ. Ôi tham, sân, si, mạn, nghi đủ đầy.
ANIMATO
Vậy, tôi tắm ai đây (ố, ô)? Vậy, tôi tắm ai đây (ố, ô)?
Vậy, tôi tắm ai đây (ố, ô)? Hay là tôi tắm tôi?
1.
2.
CHẬM - SUY TƯ
Vậy tôi tắm ai... Hay là tôi tắm tôi? Tôi tắm Phật hay tôi tắm
tôi? Tôi tắm Phật hay tôi tắm tôi? Tôi tắm Phật hay tôi tắm
tôi? Tôi tắm Phật hay tôi tắm tôi? Tôi tắm ai...
CODA - CHẬM HƠN
tôi? Phật thường tịch quang, tội tôi ngập trời. Gạn sao tập
khí diệt, vô minh hết. Bật tiếng ai cười: Ồ Phật hay tôi? Gạn sao tập
RALL ...
khí diệt, vô minh hết. Bật tiếng ai cười: Ồ Phật hay tôi?

Phóng Sinh

Thơ: Thanh Tịnh Liên
Thích Nữ Chân Thiền
Nhạc: Uy Thi Ca

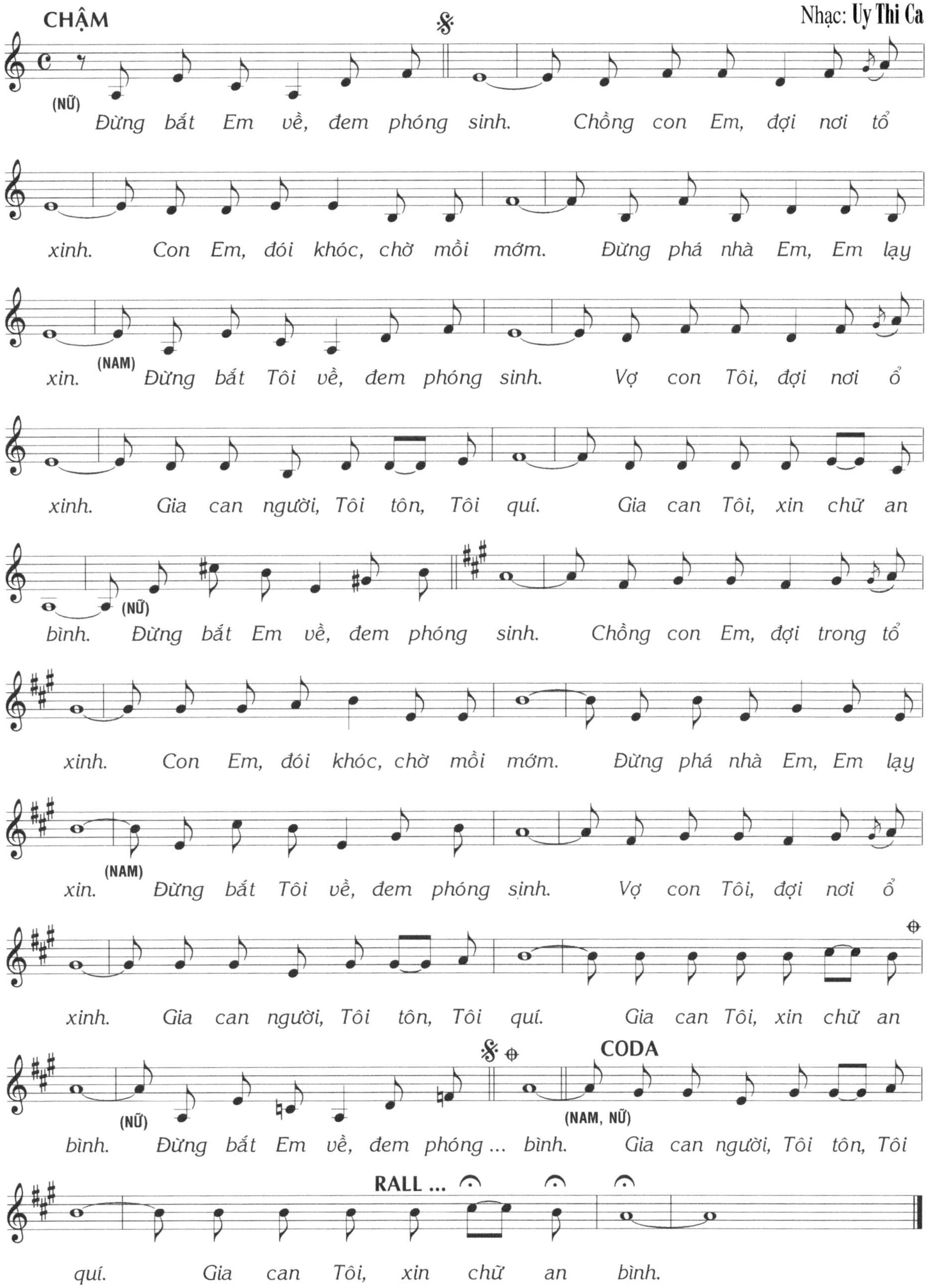
CHẬM
(NỮ)
Đừng bắt Em về, đem phóng sinh. Chồng con Em, đợi nơi tổ
xinh. Con Em, đói khóc, chờ mồi mớm. Đừng phá nhà Em, Em lạy
xin. (NAM) Đừng bắt Tôi về, đem phóng sinh. Vợ con Tôi, đợi nơi ổ
xinh. Gia can người, Tôi tôn, Tôi quí. Gia can Tôi, xin chữ an
bình. (NỮ) Đừng bắt Em về, đem phóng sinh. Chồng con Em, đợi trong tổ
xinh. Con Em, đói khóc, chờ mồi mớm. Đừng phá nhà Em, Em lạy
xin. (NAM) Đừng bắt Tôi về, đem phóng sinh. Vợ con Tôi, đợi nơi ổ
xinh. Gia can người, Tôi tôn, Tôi quí. Gia can Tôi, xin chữ an
CODA
bình. (NỮ) Đừng bắt Em về, đem phóng... bình. (NAM, NỮ) Gia can người, Tôi tôn, Tôi
RALL ...
quí. Gia can Tôi, xin chữ an bình.

An Vị Phật

Thơ: **Thanh Tịnh Liên**
Thích Nữ Chân Thiền
Nhạc: **Giác An**

Ballad ♩ = 80
Đi đứng nằm ngồi thật an nhiên. Làm sao an vị, chỉ ngồi yên.
Tự do tự tại mười phương cõi. Nơi nào chẳng Phật chẳng thiêng liêng.
Bất khứ bất lai là Như Lai. Thế mà an vị, an cho ai.
Nhị biên tương đối bao giờ dứt. Buông bỏ đi rồi thấy bản lai.
Bất khứ bất lai là Như Lai. Thế mà an vị, an cho ai ?
Nhị biên tương đối bao giờ dứt. Buông bỏ đi rồi thấy bản lai.

Khai Quang Điểm Nhãn Cho Phật

Thơ: **Thanh Tịnh Liên**
Thích Nữ Chân Thiền
Nhạc: **Giác An**

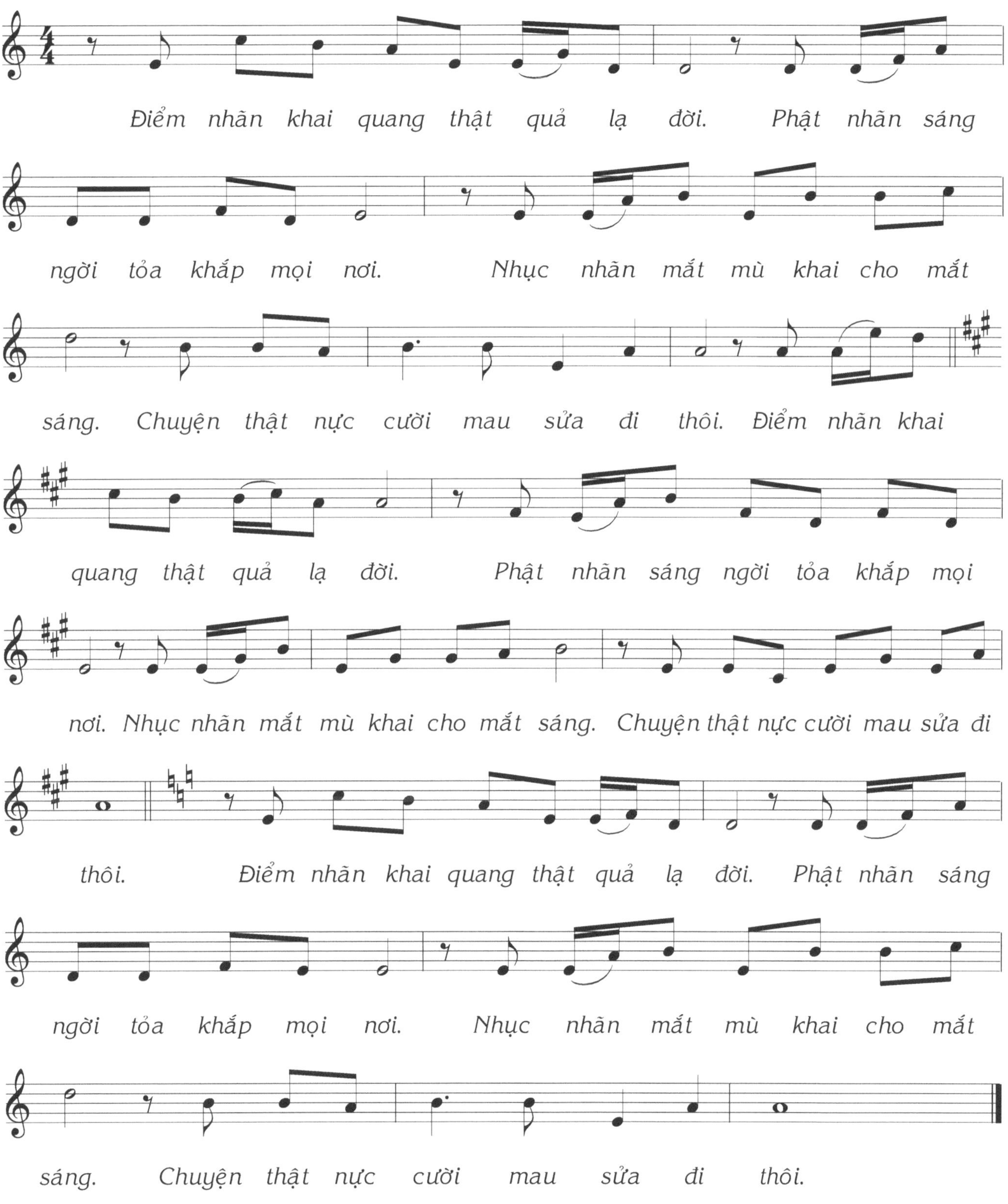
Điểm nhãn khai quang thật quả lạ đời. Phật nhãn sáng
ngời tỏa khắp mọi nơi. Nhục nhãn mắt mù khai cho mắt
sáng. Chuyện thật nực cười mau sửa đi thôi. Điểm nhãn khai
quang thật quả lạ đời. Phật nhãn sáng ngời tỏa khắp mọi
nơi. Nhục nhãn mắt mù khai cho mắt sáng. Chuyện thật nực cười mau sửa đi
thôi. Điểm nhãn khai quang thật quả lạ đời. Phật nhãn sáng
ngời tỏa khắp mọi nơi. Nhục nhãn mắt mù khai cho mắt
sáng. Chuyện thật nực cười mau sửa đi thôi.

Dòng Giống Lạc Hồng

Thơ: **Thanh Tịnh Liên**
Thích Nữ Chân Thiền
Nhạc: **Xuân Trường**

Chậm Vừa
Noi gương cha ông Chí khí thật hào hùng.
Hào kiệt anh hùng làm đất chuyển, trời rung.
Nghe danh thôi là quân giặc đã sợ run.
Tâm địa đâu còn mà mon men xâm lăng bờ cõi,
Hỡi những Vị Anh Hùng Gái Trai Đất Việt! Giống
giống Lạc Hồng cùng vùng lên cho chúng biết. Này là Tang,
Bồng, Hồ, Thỉ chí khí hiên ngang. Quyết xông
lên, quyết xông lên cùng trừ khử bọn ngoại xâm.

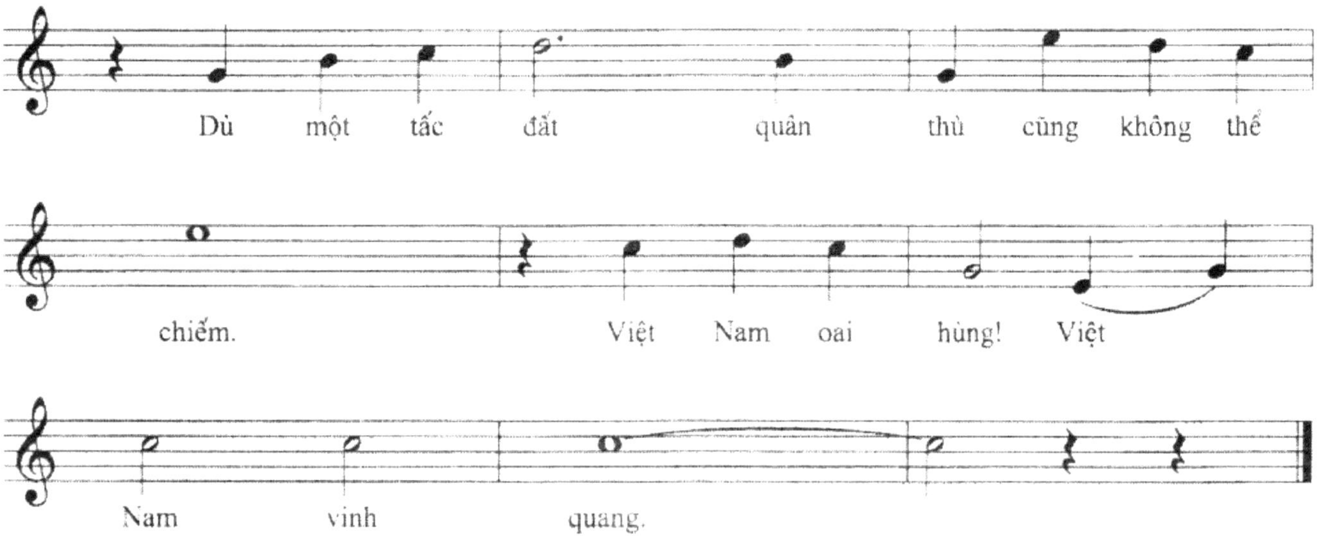
Dù một tấc đất quân thù cũng không thể
chiếm. Việt Nam oai hùng! Việt
Nam vinh quang.

Trọng Trách Thiêng Liêng

Thơ: **Thanh Tịnh Liên**
Thích Nữ Chân Thiền
Nhạc: **Xuân Trường**

Khoan thai và Dũng mãnh

Nghe nghe không đất nước đang ngả nghiêng. Còn chờ
chi? Vì trọng trách thiêng liêng! Vì Tổ Quốc, vì Giống Nòi Đất
Nước. Hãy vùng lên chung Sức Sống Vô Biên. Hét vang
lên:" Này quân Tầu khốn kiếp!" Mi đừng hòng xâm chiếm nước Nam
ta. Giang sơn ta gấm vóc tựa ngọc ngà. Bốn ngàn
năm oai hùng còn ghi sử sách. Dám xông vào thì mi đừng có
trách Đầu mi bay để tế nước non ta
Liệt Nữ, Anh Hùng ta cùng cất tiếng ca. Bảo vệ sơn

hà là đất nước nhà ta Can đảm, hy sinh, quyết thề không lui
bước. Hỡi đồng bào ơi! Mau cứu nước non nhà.

Bảo Vệ Non Sông

Thơ: **Thanh Tịnh Liên**
Thích Nữ Chân Thiền
Nhạc : **Xuân Trường**

Hùng mạnh
Chúng ta cùng xông pha Chúng ta cùng chiến đấu Đánh đuổi giặc
Tầu đang muốn dày xéo quê hương ta. Chúng ta cùng xông
pha Chúng ta cùng chiến đấu Không để quân Tầu muốn xâm chiếm đất nước nhà
ta. Nào anh em ơi! Ơi! Ơi! Đứng
lên Đứng lên ngăn chặn quân Tầu. Chí khí hào hùng chúng ta cùng đền đáp cha
ông. Chí khí ngất trời chúng ta cùng bảo vệ non sông. Đáng mặt trai
hùng chúng ta làm vẻ vang nòi giống. Dũng mãnh oai hùng là giòng máu trai Việt

Nam! Nào chị em ơi! Ơi! Ơi! Đứng lên Đứng lên ngăn chặn giặc
Tầu. Chí khí oai hùng chúng ta là Gươm và là Súng. Tiêu diệt quân
thù là giòng dõi của Trưng Nữ Vương Quyết xông lên Quyết xông lên nào chúng
ta cùng tiến. Dũng mãnh oai hùng là giòng máu Nữ Lưu Việt Nam!

2011.01.08

Thiền viện Sùng Nghiêm.

CD THƠ NHẠC THIỀN CỦA THIỀN VIỆN SÙNG NGHIÊM

Đóa Hoa Mầu Nhiệm
10 ca khúc
thơ Thanh Tịnh Liên Thích Nữ Chân Thiền
nhạc Uy Thi Ca - Võ Tá Hân - Giác An • hòa âm Giác An - Quang Đạt
lời Thanh Tịnh Liên • giọng đọc Trang Mỹ Lai - Nguyên Hà

VẦNG TRĂNG VẪN ĐÓ
thơ Tu Sĩ Thanh Tịnh Liên Thích Nữ Chân Thiền • nhạc Nguyễn Hiền
giọng ca Thái Hiền • giọng ngâm Bích Ty • tiếng sáo Ngọc Nôi
lời Thanh Tịnh Liên • giọng đọc Bích Ty

Mừng
Phật Thành Đạo
thơ
Tu Sĩ Thanh Tịnh Liên
Thích Nữ Chân Thiền
nhạc
Nguyễn Hiền
hòa âm
Duy Cường
giọng ca
Thái Hiền
giọng ngâm
Hồng Vân
lời
Thanh Tịnh Liên
giọng đọc
Nguyên Hà

thơ Tu Sĩ Thanh Tịnh Liên Thích Nữ Chân Thiền
nhạc Uy Thi Ca • hòa âm Giác An
giọng ca Hiếu Ngọc - Xuân Chánh - Nhất Túy
giọng ngâm Hồng Vân
lời Thanh Tịnh Liên • giọng đọc Lam Thủy
PHẬT NHẬP DIỆT

MẸ
thơ Tu Sĩ Thanh Tịnh Liên Thích Nữ Chân Thiền
nhạc Uy Thi Ca • hòa âm Giác An • giọng ca Bích Phượng
giọng ngâm Hồng Vân & Bích Phượng
lời Thanh Tịnh Liên • giọng đọc Nguyên Hà

chiếc áo len đan
thơ Tu Sĩ Thanh Tịnh Liên Thích Nữ Chân Thiền
nhạc Phạm Duy • hòa âm Duy Cường
giọng ca Thái Hiền • giọng ngâm Kim Luyến
lời Thanh Tịnh Liên • giọng đọc Nguyên Hà
đàn bầu Tất Tùng • sáo Phi Hải • đàn tranh Kim Long

ĐẠO ĐỜI
CHẲNG HAI
Thơ: Thanh Tịnh Liên, Thích Nữ Chân Thiền
Nhạc: Phạm Duy
Tuấn Khanh
Nghiêm Đông Quân
Uy Thi Ca
Giác An
Hòa Âm: Duy Cường
Giác An
Thiền viện SÙNG NGHIÊM

thơ Thanh Tịnh Liên Thích Nữ Chân Thiền
nhạc Giác An - Uy Thi Ca
TỈNH MỘNG
ĐI THÔI TRỞ VỀ NGUỒN
Thơ Nhạc Thiền

MÂY TAN TRĂNG HIỆN 1
Thơ: Thanh Tịnh Liên, Thích Nữ Chân Thiền
Nhạc: Uy Thi Ca
Giác An
Tâm Nguyện
Nguyên Hà
Nguyễn Tuấn
Hòa Âm: Giác An
Quốc Toàn
Quốc Dũng
Thiền viện SÙNG NGHIÊM

MÂY TAN TRĂNG HIỆN 2
Thơ: Thanh Tịnh Liên, Thích Nữ Chân Thiền
Nhạc: Uy Thi Ca
Giác An
Tâm Nguyện
am Hưng
Nguyễn Tuấn
Giác An
ốc Toàn

VẪN LÀ VẦNG TRĂNG
Thơ: Thanh Tịnh Liên, Thích Nữ Chân Thiền
Nhạc: Uy Thi Ca
Giác An
Lê Cao Phan
Hòa Âm: Giác An
Kỹ Thuật Âm Thanh: Đức Luân

Bé hát Thiền ca
Thơ: Thanh Tịnh Liên, Thích Nữ Chân Thiền
Uy Thi Ca: Phổ Nhạc, Biên Tập
Giác An: Phổ Nhạc, hòa âm phối khí
Nam Hưng: Phổ Nhạc
Thiền viện SÙNG NGHIÊM

ĐÂU LÀ TỊNH ĐỘ NIẾT BÀN
thơ Tu Sĩ Thanh Tịnh Liên Thích Nữ Chân Thiền
nhạc Uy Thi Ca • hòa âm Giác An
giọng ca Thùy Dương • giọng ngâm Thành Trung
lời Thanh Tịnh Liên • giọng đọc Nguyên Hà

TỈNH MỘNG ĐI THÔI
Thơ: Thanh Tịnh Liên, Thích Nữ Chân Thiền
Nhạc: Tuấn Khanh I
Tâm Nguyện
Võ Tá Hân
Uy Thi Ca
Giác An
Hòa Âm: Duy Cường, Giác An, Quang Đạt
Diễn Ngâm: Hồng Vân, Kim Luyên
Thiền viện SÙNG NGHIÊM

thơ Tu Sĩ Thanh Tịnh Liên Thích Nữ Chân Thiền
nhạc Uy Thi Ca • hòa âm Giác An
giọng ca Thùy Dương
giọng ngâm Hồng Vân • giọng đọc Nguyên Hà
tình thương
CHÂN THẬT

thơ
Tu Sĩ Thanh Tịnh Liên
Thích Nữ Chân Thiền
nhạc
Nguyên Hà
giọng ca
Ánh Lệ
Cha

thơ Tu Sĩ Thanh Tịnh Liên Thích Nữ Chân Thiền
nhạc Uy Thi Ca - Giác An • hòa âm Giác An
giọng ca Vân Khánh - Bích Phượng - Nhất Thủy - Xuân Chánh
giọng ngâm Hồng Vân - Kim Luyên
đàn bầu Tất Tùng - sáo Phi Hải - đàn tranh Kim Long
Lời Thiếu Bảo • Gọng đọc Nguyên Hà
tập khí I

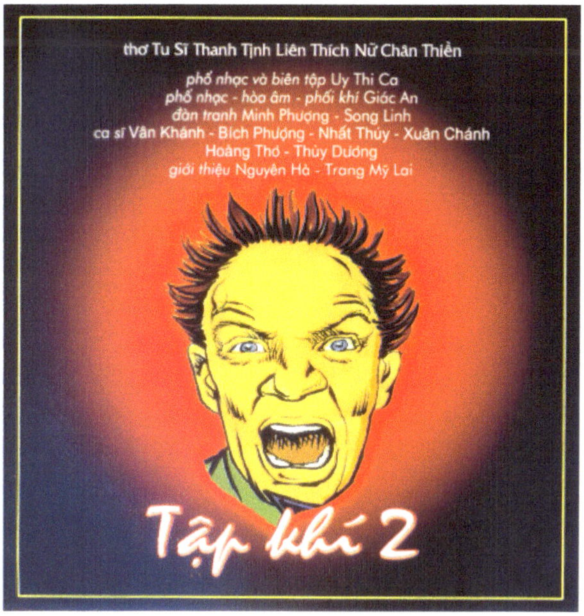
thơ Tu Sĩ Thanh Tịnh Liên Thích Nữ Chân Thiền
phổ nhạc và biên tập Uy Thi Ca
phổ nhạc - hòa âm - phối khí Giác An
đàn tranh Minh Phượng - Song Linh
ca sĩ Vân Khánh - Bích Phượng - Nhất Thủy - Xuân Chánh
Hoàng Thơ - Thùy Dương
giới thiệu Nguyên Hà - Trang Mỹ Lai
Tập khí 2

thơ
Thanh Tịnh Liên
Thích Nữ Chân Thiền
nhạc
Giác An
giọng ca
Vân Khánh
giọng ngâm
Đoàn Yến Linh
Khai thị
Nguyên Hà đọc
Lời kết
Trang Mỹ Lai đọc
Giả dối

thơ
Tu Sĩ Thanh Tịnh Liên
Thích Nữ Chân Thiền
nhạc & hòa âm Giác An
giọng ca Thùy Dương
giọng ngâm Hồng Vân
giới thiệu Trang Mỹ Lai
đàn bầu Tất Tùng
sáo Phi Hải
đàn tranh Kim Long
âm thanh Quang Đạt Audio
Phản Bội
lời Thanh Tịnh Liên • giọng đọc Nguyên Hà

thơ Tu Sĩ Thanh Tịnh Liên Thích Nữ Chân Thiền
nhạc Uy Thi Ca • hòa âm Giác An
giọng ca Vân Khánh • giọng ngâm Hồng Vân
lời Thanh Tịnh Liên • giọng đọc Nguyên Hà • giới thiệu Trang Mỹ Lai
đàn bầu Tất Tùng • sáo Phi Hải • đàn tranh Kim Long
âm thanh Quang Đạt Audio
nịnh hót

Tu Là Sửa Đổi
Thi Kệ I
Tu Sĩ Thanh Tịnh Liên
Thích Nữ Chân Thiền